விழிகளிலே உன் தேடல்

கௌரி முத்துகிருஷ்ணன்

பொருளடக்கம்

முன்னுரை

முன்னுரை :

காதலர்கள் முகம் பார்க்காது செய்யும் காதலில் அதிகம் இருப்பது காதலும் நம்பிக்கையும். அப்போது காதலி யார் என்றே அறியாது செய்யும் காதல் எப்படி இருக்கும்? இந்த மெய்நிகர் உலகில் பார்க்காது காதல் என்பது சாத்தியமா? சாத்தியம் என்றாலும் அது கைகூடுமா? அப்படி ஒரு காதல் கதை தான் "விழிகளிலே உன் தேடல்" நம் நாயகனின் தேடல் நிறைவேறுமா? கதையில் பார்ப்போம்.

பொறுப்புதுறுப்பு :

“ இக்கதையில் வரும் சம்பவங்களும்,பெயர்களும், கதாபாத்திரங்களும் அனைத்தும் கற்பனையே, யார் மனதையும், புண்படுத்துவோ, குறிப்பதோ அல்ல, மீறியும் உங்கள் மனதில் சந்தேகம் எழுமானால் அதற்கு நான் பொறுப்பு அல்ல.”

நன்றி

நன்றி,

இந்த வார்த்தை சிறிது அதன் சிறப்பு பெரிது. நான் கூறும் நன்றி என்பது சிறிது, என் இதயத்தில் உங்களின் மேல் நிறைந்து இருக்கும் அன்பு மிக பெரிது.

என் தாய்க்கும் தந்தைக்கும், என் உடன் பிறந்த, மற்றும் என் உடன் பிறவா சகோதர சகோதரிகளுக்கு, என் குடும்பத்தில் உள்ள அனைவருக்கும் நன்றி!

என் நிறை குறைகளை எடுத்து கூறிய எனது தோழர், தோழிகளுக்கு நன்றி!

என்னை காதல் என்னும் சங்கிலியில் பூட்டி, எனக்கு சிறகுகள் தந்த என் காதல் கணவனுக்கு நன்றி!

உன்னால் எழுத முடியும் என்று எனக்கு உற்சாகம் தந்த என் தோழன் எழுத்தாளர். ராகா (svs sangu) அவருக்கும் நன்றி!

எனக்கு எழுத்தாளினி என்னும் அங்கீகாரம் தந்த என் வாசகர்களுக்கு நன்றி!

நன்றியுடன்

கௌரி முத்துகிருஷ்ணன்.

1

தேடல் - 1

உணவு அதில் ஒரு சிலருக்கு தான் அதிக ரசனை இருக்கும். "ருசிக்கு உண்ணும் சிலரை விட, பசிக்கு என உண்பவர்கள் தான் அதிகம். இதில் பசிக்கும் நேரத்தில் ஏதோ ஒரு உணவை உண்டால் போதும் என எண்ணுபவர்கள் தான் இங்கு அதிகம். அவர்களின் உணவு ரசனை அவ்வளவு தான். சிலருக்கு என்ன தான் ரசனை இருந்தாலும் ரசிக்க நேரம் இருப்பதில்லை. நிற்கவே நேரம் இல்லாதவர்களுக்கு எப்படி உணவை ரசிக்க நேரமிருக்கும்?

ஆனால் நாம் இப்போது பார்க்க போகும் ஒருவன் ரசனைக்காரன். உணவின் மீது மட்டும் அல்ல. அதை தயாரிக்கும் முறையின் மீதும் இவனுக்கு காதல். கைதேர்ந்த சமையல்காரன், இவன் சமையலில் ஆரோக்கியமும் சுவையும் சம அளவு கலந்திருக்கும். அக்கம் பக்கம் உள்ள பெண்களே பொறாமை கொள்ளும் சமையலுக்கு சொந்தக்காரன். வயது பெண்ணில் இருந்து வயது முதிர்ந்த பெண்கள் வரை அவனை திரும்பி பார்த்து விட்டு செல்லும் வசீகர அழகுக்கு சொந்தக்காரன். டார்க் சாக்லேட் நிறத்தழகன். நம் கதையின் நாயகன் பாரிவேந்தன்.

அன்னம் - ரவிச்சந்திரன் இருவருக்கும் நான்கு வாரிசுகள். மூத்தவன் தமிழ் செல்வன், இளையவன் பாரிவேந்தன். பாரி பிறந்த மூன்று ஆண்டுகளுக்கு பிறகு பிறந்த இரட்டை பெண் குழந்தைகள் தான் இனியாவும் இன்பாவும். வீட்டில் அனைவருக்கும் செல்லம். பாரியின் மூன்றாம் பிறந்த நாள் முடிந்த ஒரு மாதத்தில் பிறந்தவர்கள் இருவரும். அண்ணன் தமிழ் பள்ளி சென்று விட, அன்னையுடன் இருப்பவன் பள்ளிக்கு செல்லாத பாரி தான் என்பதால், தங்கைகள் இருவரின் அருகில் அவர்களை பார்த்து கொண்டவன் அவன் தான். அதனாலேயே கொஞ்சம் அதிக பாசம் தங்கைகள் மீது பாரிக்கு, தமிழ்செல்வன் மூத்தவன் என்பதால் பொறுப்புகளும் அவனுக்கு அதிகம். தந்தையுடன் சேர்ந்து அவர்களின் சூப்பர் மார்கெட் வேலைகளை கவனிப்பதிலேயே நேரம் அவனுக்கு சரியாக போய்

விடும். தங்கைகளின் மீது பாசம் இருந்தாலும் விளையாட்டு, சேட்டை எல்லாம் வைத்து கொள்ள மாட்டான். அதனால் அவர்களின் கிண்டல், சேட்டை, விளையாட்டு எல்லாம் பாரியுடன் தான். இது தான் பாரியின் அன்பான அழகான குடும்பம்.

பாரி அப்போது தான் குளித்து வந்து உடை மாற்ற, அவன் தங்கைகள் இருவரும் கல்லூரியில் இருந்து வந்திருந்தனர். தங்கைகளுடன் அவர்களின் தோழிகளும் வர, இன்பா சமையல் கட்டில் எதையோ உருட்டிக்கொண்டு இருந்தாள். பாரியின் வீட்டில் நொறுக்கு தீனி எப்போதும் ஹோம் மேட் தான் சூப்பர்மார்கெட் வைத்து இருந்தாலும் பிள்ளைகளுக்கு கடையில் இருந்து பண்டம் வாங்கி தர மாட்டார் ரவி. இன்பா அம்மா செய்த அப்பம், பக்கோடா, லட்டு என்று எடுத்து வந்து தோழிகளுக்கு கொடுக்க, இனியா அண்ணன் முன் சென்று நின்று இருந்தாள்.

“ என்ன வேணும்? ரயில் பெட்டி ஏன் இந்த ஸ்டேஷனில் வந்து நிக்குது? காரியம் இல்லாம வர மாட்டியே? ” பாரி கண்ணாடியில் அவன் தலையை வாரிக்கொண்டே கிண்டலாக கேட்க,

“ண்ணா.. அண்ணா.. காஃபி போட்டு கொடுண்ணா ப்ளீஸ்.. என் ஃபிரண்ட்ஸ் வந்து இருக்காங்க, அவங்க முன்னாடி மானம் போயிடும் பிளீஸ்” இனியா முகத்தை பாவமாக வைத்து அவனிடம் கெஞ்ச,

“ எனக்கு வேலைக்கு நேரமாச்சு இனியா, உன் ஃபிரண்ட்ஸ் தானே நீயே போட்டு கொடு போ ” பாரி சொல்லிவிட்டு அவன் ஹெல்மெட்டை கையில் எடுக்க, இன்பாவும் வந்து அவன் முன் பாவமாக நிற்க, இருவரையும் பார்த்து விட்டு, சமையல் அறைக்கு சென்றான். இன்பாவும் இனியாவும் சிரித்து கொண்டே அவன் பின்னே சென்று,

“அண்ணா எங்களுக்கு உதவி மட்டும் இல்ல அண்ணா இது, உனக்கு புது கஸ்டமர் கிடைக்க இதுவும் ஒரு வழி, இன்னிக்கி இவங்க காஃபி குடிச்சு பிடிச்சு போனா நாளைக்கு நீ புதுசா தொடங்க போற ரெஸ்டாரண்டுக்கு கஸ்டமர் கூட ஆகலாம். ப்ரீ சம்பில் டேஸ்ட் குடுக்கறதா நினைச்சுக்கோ “ அறிவாக சொல்லிவிட்டு இனியா முப்பத்தி இரண்டு பல்லும் தெரிய சிரிக்க, பாரி இருவரையும் முறைத்து வைத்தான்.

“எதே? நான் 5 ஸ்டார் ஹோட்டல் செஃப், நான் ரெஸ்டாரண்ட் ஆரம்பிச்சா வெறும் காபியா கொடுப்பேன்? எல்லாம் என் நேரம், உங்க மூஞ்சிக்காக காஃபி போட வந்தேன் பாரு என்னை சொல்லணும்.” பாரி இனியா தலையில் கொட்டு வைத்தான்.

பாரி காபியை ஆற்றி கொடுக்க, இருவரும் வாங்கி கொண்டு சென்று தோழிகளுக்கு கொடுக்க, குடித்தவர்கள் கண் விரிய காஃபி நுரையை கூட விடாது

சுவைத்தனர்.

அப்போது வீட்டின் உள்ளே வந்த அன்னம், பாரி சமையல் அறையில் இருப்பதையும், மகள்களின் தோழிகள் வந்து இருப்பதையும், அவர்கள் கையில் காஃபி இருப்பதையும் பார்த்து,

“வேலைக்கு போக வேண்டியவனை பிடிச்சு வெச்சு காஃபி போட வெச்சு இருக்காளுங்க. அண்ணன் நேரத்துக்கு போகணும் கூடவா இவளுங்களுக்கு தெரியாது? அவளுங்க போகட்டும் இருக்கு இன்னிக்கி ரெண்டு பேருக்கும்” அன்னம் சமையல் அறையின் உள்ளே திட்டி கொண்டே வர, பாரி அன்னைக்கும் காபி கலந்து கொடுத்தான்.

“நீ கிளம்பு கண்ணு உனக்கு நேரமாச்சு, உங்க ஹெட் அப்புறம் திட்டுவாரு” அன்னம் பாரியிடம் இருந்து பாத்திரங்களை வாங்கி கொண்டே சொல்ல,

“அம்மா, பிளீஸ் ரெண்டு பேரையும் திட்டாதீங்க. எனக்கு நேரம் இருக்கு, நான் எனக்கு போட வந்தேன். அப்போ அவங்களுக்கும் போட்டேன். இதென்ன பெரிய வேலையா? அப்புறம் என் வேலையே இதானே நான் சமையல்காரன் மா ” பாரி சிரித்த முகத்தோடு சொல்ல,

“ என்னை டென்ஷன் பண்ணாம கிளம்பு டா, சமையல்காரனாம் கேட்டாலே கோவமா வருது. ஆம்பள பையன் அழகா இஞ்சீனியர், டாக்டர் படிச்சு இருக்கலாம். கடைசிக்கு விவசாயம் பண்ண படிச்சு இருக்கலாம். சமையலுக்கு ஒரு படிப்பு, செஃப்ன்னு சொல்லி பெருமை வேற " அன்னம் புலம்ப,

“அப்போ சமையல்காரன்னு சொன்னா கேவலமா அம்மா? என் உயிர் மா இந்த வேலையும் படிப்பும். ரீடைர்மெண்ட் இல்லாத வேலை. இதில் தான் எனக்கு மனநிறைவு. என் வேலையை பழிக்காதீங்க பிளீஸ்” பாரி கெஞ்சலாக கூற,

“கேவலம் இல்லடா. எனக்கு என் பையன் பெரிய படிப்பு படிச்சு, ஐடி மாறி பெரிய வேலைக்கு போகணும் ஆசை. உன் அண்ணன் ஒரு டிகிரி போதும் சொல்லி உங்க அப்பா கூட சூப்பர் மார்க்கெட்டில் செட்டில் ஆகிட்டான். நீ கரண்டியை கையில் வெச்சுட்டு இருக்க, நாளைக்கு குடும்பம் குழந்தைன்னு இருக்க வேண்டியவளுக கம்ப்யூட்டர் முன்னாடி உக்கார்ந்து இருக்காங்க, என்ன சொல்ல? எல்லாம் பிள்ளைங்க இஷ்டம் சொல்லிட்டாரு உங்க அப்பா. அவளுங்களை பாரு ஒரு காஃபி கூட போட தெரியல. இந்த வீட்டில தான் எல்லாம் தலைகீழ்..”

" அம்மா யாருக்கு எது விருப்பமோ அதை தானே செய்ய முடியும். விருப்பம் இல்லாத வேலையில் ஈடுபாடு வருமா? பிடிக்காத ஒரு வேலையை பொய்யா பிடிச்சது போல நடிச்சுட்டும், கிடைச்சதை விதியேன்னு செய்யறதுக்கும் என்னால முடியாது. பலருக்கு அமையாத வரம் எனக்கு அமைஞ்சு இருக்கு, அதுக்கு காரணமும் நீங்களும் அப்பாவும் தான். இந்த சங்கடம் எல்லாம் விட்டு, சிரிச்சு வழியனுப்பி வையுங்க வேலைக்கு நேரமாச்சு " பாரி ஒருவழியாக அன்னத்தை சமா-

தானம் செய்து சிரிக்க வைத்திருக்க, அவரும் சிரித்து வழியனுப்ப, பாரி வேலைக்கு சென்று இருந்தான்.

பாரிவேந்தன் அவன் வேலை செய்யும் ஸ்வீட் ஸ்னோ ரெஸ்ட்ரண்ட் வந்து சேர அவனுக்கு மாலை வணக்கம் கூறினாள் பூர்ணா, இவனும் பதிலுக்கு வணக்கம் கூறி விட்டு உடை மாற்றும் அறைக்கு சென்றான். பூர்ணா, அவன் உடன் வேலை பார்க்கும் ஸ்டேஷன் செஃப்களில் ஒருத்தி, வேலையில் மட்டுமே கவனமாக இருக்கும் அவன் மீது அவளின் வேலையோடு அவனையும் கவனித்து கொள்பவள். பாரி மீது காதல் உணர்ந்ததும் அவனிடம் கூறி விட, விரும்பமில்லை என அவனும் மறுத்து விட்டான். அவனை விடாது பின் தொடர்ந்து வருகிறாள் என்றாவது ஒரு நாள் அவளின் காதல் ஏற்கப்படும் என்ற நப்பாசையில், பாவம் அவன் மனதில் உள்ளதை அறியாமல்.

பாரி அவனின் செஃப் உடை மாற்றி, சமையல் அறை உள்ளே நுழைய, உடன் வேலை செய்பவர்களுக்கு மாலை வணக்கம் கூறி அவனின் ஸ்டேஷன் சென்றவன் பேன்ட்ரி செஃப்களுக்கு உதவி செய்தான். அவன் உடன் பணிபுரியும் நட்புகளும் உடன் வர, வெட்டிய காய் கறிகள், மசாலா, சமையல் எண்ணெய், நெய், வெண்ணெய், குழம்பில் சேர்க்க, கறி மற்றும் காய் வேக வைத்த நீர், என அனைத்தும் அடுக்கப்பட, மெல்ல மெல்ல ஆர்டர் வர ஆரம்பித்த நேரம் அவனின் கண்களும், மனமும், கைகளும் வேலையில் கவனமாக, அவர்களின் சமையலறை பரபரப்பாக மாறியது. பூர்ணாவிற்கு சமைத்த உணவை பரிமாறும் வேலை. நாவிற்கு மட்டும் சுவை சேர்ப்பது போதாது என கண்ணுக்கும் சுவை சேர்க்க வேண்டிய வேலை. பாரி ஸ்டேசன் செஃப், அதுவும் சைவம் அசைவம் என இரு வகைக்கும் இவன் தான் சாஸ் செஃப் என்பதால் கொஞ்சம் கூட ஓய்வு எடுக்க முடியாது. இரு கைகளும் வலிக்க வலிக்க வேலைகள் இருக்கும். அவன் சமைத்த பாத்திரங்கள் ஒரு பக்கம் சேர, இன்னொரு பக்கம் கழுவிய பாத்திரங்கள் அடுக்கப்பட்டு கொண்டு இருந்தது. மணி பத்தை தொடும் நேரம் ஆர்டர்கள் குறைய ஒருவருக்கு ஒருவர் அடுப்பை பார்த்து கொள்ள, ஒவ்வொருவராக உண்டு இருந்தனர். பாரியும் உணவு உண்ண அமர, அவனோடு வந்து அமர்ந்தாள் பூர்ணா.

"என்ன பாரி இன்னிக்கி ரொம்ப வேலையா? நான் உனக்கு தோள் பிடிச்சு விடவா? " பூர்ணா முகத்தை அக்கறையாக வைத்து கொண்டு கேட்க,

" நிம்மதியா சாப்பிட விட மாட்டியா நீ? வந்துட்டா.. இம்சை பண்ண " பாரி வேறு இடம் மாறி அமர, உடன் வேலை பார்க்கும் அஷோக் சிரித்தான்.

" ஏன்டா அவ தான் உன் மேல கிறுக்கு புடிச்சி உன் பின்னாடியே சுத்துறான்னு தெரியும் தானே?, ஒரு பொண்ணு அவளே வந்து காதலும் சொல்லிட்டா, உன் பதிலுக்காக காத்து இருக்கா, அவ காதலை ஏத்துக்க கூடாதா? " அஷோக் சிரிப்புடன் பாரியிடம் கேட்க,

" எனக்கு அந்த மாறி எந்த எண்ணமும் இல்லையே? அவளோட நட்பு கூட எனக்கு இல்ல. ஒரே இடத்தில் வேலை பார்க்கிறோம் அவ்ளோ தான். எனக்கு விருப்பமே இல்லன்னு பல முறை நேராவே பதில் சொல்லிட்டேன். இதுக்கு மேல என்ன செய்யனும்? அவ பொண்ணு வழிய வந்து சொல்லிட்டான்னு பொய்யா காதலிக்க சொல்றியா? " பாரி பொறுமையாகவும் அழுத்தமாகவும் அஷோகிடம் திருப்பி கேள்வி கேட்க, அஷோக் மௌனமாக எழுந்து சென்றான்.

“ஏன் பாரி இங்க இவ்ளோ ஆம்பளைங்க இருந்தும் உன் பின்னாடி ஏன் சுத்துறேன் ஒரு முறை யோசிச்சு இருக்கியா? வேலைக்கு சேர்ந்த நாளில் இருந்தே உன்மேல சொல்ல முடியாத உணர்வு, உன் மனசில் என்ன தான் இருக்குனு சொல்லேன் பிளீஸ்” பூர்ணா ஒரு முடிவை அறிந்து கொள்ள வேண்டும் என அவன் முன்னே உறுதியாக அமர்ந்து இருக்க,

பாரி அவளின் கண் பார்த்து, “ என் மனசில் வேற ஒருத்தி இருக்கா, எல்லாருக்கும் என் அந்தரங்கம் சொல்ல வேண்டிய அவசியம் இல்ல. அப்படி இருந்தும் இதை சொல்ல காரணம், இனிமேல் காதலுன்னு சொல்லிட்டு என் முன்னாடி நீ வரக்கூடாதுன்னு தான். புரிஞ்சுக்கோ “ பாரி சொல்லிவிட்டு உணவில் கவனமாக, பூர்ணா கண்கள் கலங்கி எழுந்து சென்று விட்டாள்.

பாரி உணவு உண்டு விட்டு அவன் இடம் செல்ல, வந்த இறுதி ஆர்டர்களை செய்ய ஆரம்பித்து இருந்தான். லேசாக சங்கடம் கொண்ட மனது சமையலில் சமன் பெற்று இருந்தது. பாரிக்கு மருந்தே சமையல் அறை தான். சமையல் அவன் மன அழுத்தம் தீர்க்கும் மருந்து. இன்பமோ துன்பமோ சமையல் என்று வந்து விட்டால் அவன் மனம் தெளிவு பெற்று விடும்.

மணி 11 தொட, சமையல் அறை மூட, சுத்தம் செய்ய ஆரம்பித்து இருந்தனர். பேன்ட்றி செஃப் மீதமான காய்கறி, கறிகளை சரி பார்த்து தேவையானவற்றை மட்டும் ஸ்டோரேஜ் உள்ளே வைக்க, டிஷ்வாஷ் என்று கூறப்படும் பாத்திரம் கழுவும் இடங்கள் பரபரப்பாக வேலையில் இருந்தனர். பாரி அவன் செக்சனில் இருக்கும் வேலைகள் முடித்து அவனுக்கு மேல் இருக்கும் தேப்யூடி செஃப் (deputy chef) பத்மநாபனிடம் ரிபோர்ட் கொடுத்து விட்டு, உடை மாற்றி அதை துவைக்க கொடுத்து விட்டு, மேனேஜரிடம் சொல்லிவிட்டு இல்லம் கிளம்பினான்.

பாரி இல்லம் வந்து சேர சரியாக மணி பனிரெண்டு. அவனிடம் உள்ள சாவி கொண்டு வீட்டின் உள்ளே வந்தவன் அவனுடைய அறைக்கு சென்று, முதல் வேலையாக நெட் ஆன் செய்தான். அவசரமாக உடை மாற்றி அவனின் யூடியூப் திறக்க, அவன் நோட்டிபிகேஷன் அவளின் வீடியோ வரவை சொல்ல, பாரிவேந்தனின் முகத்தில் புன்னகை.

2

தேடல் - 2

பாரியின் முகத்தில் புன்னகை. வலையொளியில் அவள் குரல் கேட்டதும் அவனுல் புது புத்துணர்வு. மதுரயாழினி அவளின் பெயர். மதுரம் என்னும் பெயரில் யூடியூப் சேனல் வைத்து இருப்பவள். தினம் ஊக்கம் தரும் சிறு கதைகளையும், நேயர்கள் கூறும் சொந்த பிரச்சனைகளுக்கு தீர்வு கூறி ஆறுதல் சொல்பவள். அவள் சொல்லும் தன்னம்பிக்கை கதைகள் தான் அவளின் முகவரி. 100k (100 ஆயிரம்) காணொளி நேயர்களை கொண்ட சேனல் என்பதால் அவளை அதிகம் பேர் அறிந்து இருந்தனர்.

மதுரம் சேனலில் ஒரு முறை தன்னம்பிக்கை கதைகள் கேட்ட பாரியின் நண்பன் வெற்றி அதை பாரிக்கும் பகிர, பாரியோ அவளின் குரலுக்கு மயங்கி விட்டான். அவளின் முகம் பார்க்க வேண்டும் என்று அந்த சேனலில் இருக்கும் 1500 வீடியோக்களும் பார்த்து இருந்தான் பாரி. ஆனால், அவளின் முக தரிசனம் மட்டும் கிடைக்கவில்லை. வெறும் குரல் மட்டுமே சில மாதங்கள் கேட்டு கொண்டு இருந்தவன். அவளுடன் நட்பு பெற ஆசை கொண்டு, நேயர்கள் சந்தேகங்கள் கேட்க, அவர்களின் பிரச்சனைகள் சொல்ல என்று கொடுத்து இருந்த மின்னஞ்சல் முகவரிக்கு அவனின் கேள்விகளை அனுப்பி விட்டான்.

ஆச்சரியமாக அவனின் கேள்விகளுக்கு அழகாக பதில் சொல்லி இருந்தாள் மதுரா, அதும் அவனின் பெயரை சுருக்கி அவள் பல முறை உச்சரிக்க, பாரிக்கு அன்று தூக்கமே வரவில்லை. அவனின் பெரும் கனவு ஒரு ஐந்து நட்சத்-

திர ரெஸ்ட்ரண்ட் ஒன்று தொடங்க வேண்டும் என்பது தான். அதற்கான தன்னம்பிக்கை பெற தான் வழிகள் கேட்டு இருந்தான். அவளின் வார்த்தைகள் அவனுக்கு கொடுத்த பலம் மிக பெரியது. கனவை எப்படி அடைவது என்று அவள் சொன்ன சிறு சிறு அறிவுரைகளை குறித்து கொண்டான் பாரி.

காணொளி கண்டு நன்றி சொல்ல, அவளுக்கு பாராட்டு சொல்ல, பின் கருத்துக்கள் சொல்ல என்று வாரம் இருமுறை அவளுக்கு மின்னஞ்சல் அனுப்பி விடுவான். அவளும் பதிலுக்கு தன்மையாக தான் பேசுவாள். அவளின் வட்டத்திற்குள் அவனை அனுமதித்ததும் இல்லை, அவனை பற்றிய விவரங்களை இவள் கேட்டதும் இல்லை. ஆனால் அனைவரிடமும் அக்கறையாக தான் பேசுவாள்.

பாரிக்கு முதலில் அவளின் குரல் மேல் ஈர்ப்பு, பின் அவளின் குணத்தையும், அறிவையும் கண்டு வியப்பு உடன் அவளின் அக்கறையும் நல விசாரிப்புகளும் சேர்ந்து அவனுக்கு இனம் புரியாத ஒரு உணர்வு கொடுக்க, ஈர்ப்பும் வியப்பும் அவளின் வயதையும், திருமணம் ஆகாத பெண் என்றும், தன்னை விட சிறியவள் என்று காணொளி ஒன்றில் அவள் கூறி அறியவும் மனதில் எதோ ஒரு இன்ப அதிர்வு.

தங்கைகளை கொண்டு இருக்கும் அண்ணன் அவன், பொறுப்பான அவனுக்கு இந்த உணர்வு காதல் என புரிந்தும். மதுரயாழினியிடம் நட்பை மட்டுமே வளர்த்தான். என்றாவது ஒரு நாள் அவளிடம் தன் மனதை சொல்லி விடலாம் என்று காத்து கொண்டு இருக்கிறான்.

பாரி மதுராவின் முகம் கண்டது இல்லை. அவளும் அவனின் முகம் கண்டது கிடையாது. அவனை பொறுத்த வரை நட்பு சாயம் பூசி இருக்கும் காதல் இது. அவளுக்கு இது நட்பு கூட இல்லை தன் வலையொளியின் ஒரு நேயர் அவ்வளவு தான். என்ன இது முகம் பார்க்காது காதலா? இந்த காலத்திலும் இப்படி ஒரு முட்டாளா? அதுவும் ஒரு செயலியில் பேசும் ஒருத்தியின் மீதா? என கேள்விகள் தோன்றினாலும் இந்த காதல் எங்கு? எப்போது? எப்படி? யாரிடம் வரும் என சொல்வதற்கு இல்லையே? பாரியின் காதலும் அதில் ஒரு வகை தான்.

அன்று ஒரு முல்லா கதை சொல்லி அதன் நீதி சொல்லி, அந்த கதையுடன் தற்காலத்தை இணைத்து அவள் கூறும் சொற்களை கேட்டு வியந்து அவளுக்கு பின்னோட்டம் எழுதி பாராட்டி விட்டு தான் அலைபேசியை கீழே வைத்தான். பின் கட்டிலில் விழுந்தவனுக்கு மதுராவை சுற்றியே எண்ணம்.

‘ ஏன் அவளின் குரலில் இப்படி தேங்கி நின்றது மனது என ஆயிரம் முறை கேள்வி கேட்டும் மனம் அவள் பின்னே தான் சென்றது. அவளும் தன்னை போல தமிழ் மொழி, வயது வைத்து பார்த்தால் கல்லூரியில் தான் படிக்க அதிக வாய்ப்பு என்று மனம் சொன்னது. அவளின் உச்சரிப்பும் நம்முடைய ஊர் வழக்கு போல தான் இருக்கிறது.’ இப்படி எண்ணத்தில் சிக்கி உறங்கி இருந்தான்.

காலையும் மதியமும் சந்திக்கும் 11.45க்கு எழுந்தான் பாரி. வீட்டில் அவனின் அத்தை மகன் முரளி அங்கும் இங்கும் நடந்து கொண்டு இருக்க, பாரி குளித்து வந்து அமர, தங்கைகள் இருவரின் முகத்திலும் சோகம். அம்மா உணவு பரிமாற சொல்லி தங்கைகளிடம் சொல்ல, அவர்களோ நகரவில்லை. ஏதோ சரியில்லை என அறிந்தவன் சமையல் அறை உள்ளே செல்ல, அம்மா லட்டு செய்து ஒரு தட்டில் அடுக்கியிருக்க, மைசூர் பாக் செய்து கொண்டு இருந்தார்.

" என்னமா நடக்குது வீட்டில்? ஏன் இன்பாவும் இனியாவும் காலேஜ் போகல? எதுக்கு இப்போ ஸ்வீட் எல்லாம் செய்றீங்க? " பாரி லட்டை எடுத்து வாயில் அரைத்து கொண்டே கேட்க,

" ரெண்டு பேரையும் பொண்ணு பார்க்க வர இருக்காங்க, நம்ம முரளியோட பொண்டாட்டி ஜோதி வகையில் சொந்தம். அவங்களுக்கு ரெட்டை பையனாம், சொந்த ஊரு விழுப்புரம். பசங்களுக்கு ஐடியில் வேலை இப்போ இருக்கிறது பெங்களூரில், நல்ல சம்பளம், நல்ல குடும்பம். இன்னிக்கி காலையில் ஒரு கல்யாணத்துக்கு போய்ட்டு அப்படியே நம்ம வீட்டுக்கு வரேன் சொல்லி இருக்காங்க. மூணு மணிக்கு வராங்க. இவளுங்க ரெண்டு பேரும் கல்யாணம் இப்ப வேண்டாம் சொல்லி ஒரே அடம். பொண்ணு தானே பார்க்க போறாங்க? இன்னிக்கேவா கல்யாணம் பண்ண போறோம்? அவளுங்க மூஞ்சியை பாரு சோகமா.. நீயாவது போய் பேசு டா " அன்னம் நீளமாக பேசிக்கொண்டே கடலை மாவை கலக்க, பாரி வாங்கி அதை செய்தான். பதம் வரும் வரை கலந்து தட்டில் பரப்பி வெட்டுகள் போட்டு ஆர விட்டு அவனுக்கு என உணவுகளையும் தட்டில் போட்டு வந்து அமர்ந்தான்.

" போய் ரெண்டு பேரும் முகத்துக்கு கொஞ்சம் சந்தனம் போடுங்க. முகம் கொஞ்சம் ஃப்ரெஷா இருந்தா தானே நல்லா இருக்கும்? முரளி பால் வாங்கிட்டு வருவான் காய்ச்சி வையுங்க சரியா? " அன்னம் இருவரையும் பார்த்து சொல்ல, இன்பா எழுந்து உள்ளே சென்று விட்டாள்.

" ஆமா நேத்து நீங்க சொல்லவே இல்லையே, பொண்ணு பார்க்க வரதை பத்தி, சொல்லி இருந்தா நானும் உதவி இருப்பேன் இல்ல? " பாரி உணவுக்கு இடையில் தாயிடம் கேள்வியை கேட்க,

" இன்னிக்கி காலையில் எட்டு மணிக்கு தான் ஃபோன் வந்தது. உங்க அண்ணன் தமிழ் கடையில் லோட் இறக்கற வேலையில் இருக்கான் கூடவே கடைக்கு புதுசா ஆள் எடுக்கறாங்களாம். உங்க அப்பா கல்யாணத்துக்கு போய் இருக்கார். மூணு மணிக்கு முன்னாடி எல்லாமே செய்யனும் சொல்லி, உதவி பண்ண முரளி வந்-தான். நீ அசதியில் தூங்கிட்டு இருப்பேன் தான் விட்டேன். " பாரி சரியென தலையாட்டி அம்மா வைத்த வத்தகுழம்பு, அப்பளம், கீரை மசியல் என உண்டு எழுந்தான்.

" பாரிண்ணா உனக்கு இதில் சம்மதமா? தமிழ் அண்ணன் சரி சரின்னு சொல்-லிட்டு லட்டும், மைசூர் பாக்கும் செய்ய அம்மாக்கு நெய்யும், மாவும் கொடுத்துட்டு போகுது. நீ எல்லாத்தையும் கதை கேட்டு, உதவிக்கு ஏன் கூப்பிடலன்னு கேக்குற, எங்களை தொரத்தி விட முடிவா? " இனியா கோவத்தில் ஆரம்பித்து கண்ணீ-ரோடு பேசி முடிக்க, இன்பாவும் வெளியே வந்து கண்ணீரோடு அவன் முன்னே நின்றாள்.

" பைத்தியமா உங்களுக்கு? யாரு யாரை தொரத்தி விட பார்கிறோம்? கோவத்தில் பேசறதை பாரு.. பொண்ணு தான் பார்க்க வராங்க, உங்களுக்கு பிடிச்சா தான் கல்யாணம். அதுவும் உங்க படிப்பு முடிஞ்சு தான் சரியா? பொண்ணு பார்க்க வர பசங்க கூட ரெண்டு பேரும் பேசுங்க. தனியா ஒரு முறை, நாலு பேரும் சேர்ந்து ஒரு முறை இப்படி பேசி ஒரு முடிவுக்கு வாங்க. மனசுக்கு பிடிச்சு இருந்தா, மேற்-கொண்டு பேசலாம். பொண்ணுங்க இருக்கிற வீட்டில் தானே பொண்ணு பார்க்க வருவாங்க? அதும் டிவின்ஸ் கிடைக்கிறது எவ்ளோ கஷ்டம்? நல்ல பசங்களா இருந்தா ஏன் வேண்டாம்னு சொல்லணும்? நாங்க யாரும் உங்க ரெண்டு பேருக்-கும் கெட்டது செய்ய மாட்டோம். "

இனியாவும் இன்பாவும் மீண்டும் அழ, பார்த்த முரளி சிரித்தான் அவனை பார்த்து பாரியும் சிரிக்க, இன்பா இருவரையும் அடித்தாள்.

" மக்கு மாறி சிரிக்காதீங்க. அவங்களுக்கு பிடிச்சு சரின்னு சொன்னா, கல்யாணம் பண்ணிட்டு வீட்டை விட்டு போகனும் தானே? எங்கனால போக முடியாது.

அதான் அழுகையா வருது " சொல்லிவிட்டு இனியா கண்ணீரோடு அறை உள்ளே செல்ல போக, அங்கே வந்தாள் முரளியின் மனைவி ஜோதி வந்தாள்.

" எல்லாம் ஆரம்பத்தில் பயமா தான் இருக்கும். அப்புறம் பாரு பாரியே கூப்பிட்டாலும் ரெண்டு பேரும் புருஷனை விட்டு வர மாட்டீங்க. அவங்க முதலில் பார்க்கட்டும், அப்புறமா இதை பேசலாம். இப்போ ரெண்டு பேரும் சமத்து பொண்ணுகளா கிளம்புங்க பார்ப்போம். சாப்பிட்டு ரெஸ்ட் எடுங்க. முகம் தெளிவாகட்டும். " ஜோதி இருவரின் தலை வருடி சமாதானம் சொல்ல, பாரியின் வார்த்தையை நம்பி இருவரும் உணவு உண்ண அமர்ந்தனர்.

" பாரி, மேல உள்ள ஸ்டோர் ரூம் போய் கல்யாண போர்வை எடுத்துட்டு வந்து வையுங்க. 2.30 மணிக்கு விரிச்சு விடுவோம். " அன்னம் சொல்லவும் பாரியும் வேலையில் மூழ்கி இருந்தான்.

மூன்று மணியாகி இருபது நிமிடம் கழித்து மாப்பிள்ளை வீட்டில் இருந்து வர, ரவி அவர்களை வரவேற்க, ஜோதி இரு வீட்டுக்கும் ஒருவரை ஒருவருக்கு என அனைவரையும் அறிமுகம் செய்ய, பாரியின் கண்கள் மாப்பிள்ளை என கூறிய இருவரின் மேல் நின்றது, பின் அவன் இதழ் விரிய, மனம் நிறைந்து போனது.

அறிமுகங்கள் முடித்து, பலகாரத்தையும் இனிப்பையும் இன்பாவின் கைகளிலும், காபியை இனியாவின் கைகளிலும் கொடுக்க, இருவரின் இளமாறனும், இளமதியனும் எடுத்து கொள்ள, மதியும் மாறனும் ஒருவரை ஒருவர் பார்க்க, மதி கண்ணில் சம்மதம் சொல்ல மாறனும் புன்னகையோடு அவன் அன்னையின் காதில் பதில் சொல்ல, அவர்களின் அன்னையான பார்வதிக்கு மகிழ்ச்சி.

" பொண்ணுங்களை எங்க எல்லாருக்கும் பிடிச்சு இருக்கு, பசங்க ரெண்டு பேரோட நான் மட்டும் தான். அவர் இறந்து ஏழு வருஷம் ஆச்சு. அந்த காலத்தில் எங்களுக்கே காதல் கல்யாணம் அதனால் சில உறவுகள் தான் நெருக்கம். உங்க பொண்ணுங்க படிக்கிறதா சொன்னாங்க. உங்களுக்கு சம்மதமா? உங்க எண்ணம் என்னன்னு சொன்னா மேற்கொண்டு பேசலாம். " பார்வதி நேரடியாக விஷயத்தை பேச,

" அத்தை, நாங்க சம்மதமே சொன்னாலும், பொண்ணுங்க படிச்சு முடிஞ்ச அப்புறம் தான் கல்யாணம். அதுக்கு முன்னாடி எங்களால முடியாது. அதை முதலில் சொல்லிறோம். " ஜோதி பெரும் விஷயத்தை முதலில் சொல்லி தெளிவை தந்து

விட, பாரி தங்கைகளின் அறைக்கு செல்ல, தமிழ் உடன் பின்னே சென்றான்.

" பிடிச்சு இருக்கா? இல்ல தனியா பேசணுமா? " பாரி கேட்கவும் இன்பா இனியாவை பார்க்க,

" யாருக்கு யாருன்னே சொல்லல எப்படி பார்க்கிறது நாங்க? அவங்களுக்கு மட்டும் ஜோதி அக்கா அடையாளம் சொல்லிட்டாங்க " இன்பா சொல்லவும், பாரியும் தமிழும் சிரித்தனர்.

" மாறன் தான் இனியாக்கு, உனக்கு மதி, போ ஜன்னல் வழியில் பாருங்க, பார்த்து சொல்லுங்க " தமிழ் இருவரிடமும் சொல்ல,

" நேரில் ஒரு முறை பார்த்து பேசுங்க ரெண்டு பேரும், அண்ணா ஜன்னல் வழியா தெரியாம எதுக்கு பார்க்கணும்? பொண்ணு பார்க்க தானே வந்தாங்க? " பாரி கூற, தமிழ் சரி தான் என தலையசைத்து தனியாக பேச வேண்டும் என்று ஜோதியிடம் சொல்ல, அவள் பெரியவர்களிடம் சொல்ல, மதியும் மாறனும் எழுந்து வந்தனர். ஜோதி மாடியில் நால்வரையும் விட்டு வர, இன்பாவும் இனியாவும் அமைதியாக நிற்க, மாறனும் அவர்களை பார்த்த மாதிரி அங்கு இருக்கும் திண்ணையில் அமர்ந்து இருக்க, மதியன் தான் பேச்சை தொடங்கி வைத்தான்.

" இப்படியே தான் ரெண்டு பேரும் பேசாம நிக்க போறீங்களா? அப்போ வாங்க கொஞ்ச நேரம் நிக்கலாம் சொல்லி இருக்கலாமே? எதாவது பேசு இன்பா, என்னை பிடிச்சு இருக்கா? " மதி கேள்வியாக கேட்க,

" ஏய் மதி.. " மாறன் அவனை அடக்க, மதியன் எழுந்து மாடியில் இருந்து படிகளுக்கு போக,

" நில்லுங்க.. சாரி " இன்பா சொல்லவும் மதி நின்று அவளை பார்க்க,

" எங்களுக்கு பிடிச்சு இருக்கு, ஆனா படிக்கணும். இன்னும் ஒன்றை வருஷம் ஆகும் எங்க படிப்பு முடிய, அப்புறம்... இனியா பேசு டி " இன்பா இனியாவை கிள்ளி வைக்க,

" ஆ.. ஆங்.. படிச்சு நாங்களும் வேலைக்கு போகனும் நினைக்கிறோம். அப்பா, அம்மா அண்ணாவை எல்லாம் அடிக்கடி பார்க்க வருவோம். பார்க்க அனுப்ப

மாட்டேன் எல்லாம் சொல்ல கூடாது. வேற.. வேற.. " இனியா திணற,

" உங்களுக்கு எதும் கண்டிஷன் இருக்கா?" இன்பா ஆண்களை பார்த்து கேட்க, மதியும் மாறனும் ஒருவரின் தோள் மீது ஒருவர் கை போட்டு கொண்டு அவர்களை பார்த்து சிரிக்க, இன்பாவும் இனியாவும் தலை குனிந்து கொண்டனர்.

" உங்க ரெண்டு பேரையும் ஃபோட்டோவில் பார்த்த நிமிஷமே எங்களுக்கு முழு சம்மதம் தான். நேரில் பார்த்த அப்புறம் உறுதியே பண்ணிட்டோம். உங்க எண்ணம் என்னன்னு எங்களுக்கு புரிஞ்சுடுச்சு. எங்களுக்கு எந்த கண்டிஷனும் இல்ல. நீங்க சொன்னதுக்கு எல்லாம் ஓகே.. ஓகே தான்.. " மாறன் பொறுமையாக சொல்ல,

" மொபைல் நம்பர் மட்டும் குடுங்க. பேசி புரிஞ்சுக்க யூஸ்ஸாகும். மதியன் பேச்சின் இடையில் சிரிப்புடன் சொல்ல, இன்பா சில நிமிடம் தயங்கி பின் இனியாவின் கண் அசைவில் எண்களை கொடுக்க மதியும் மாறனும் புன்னகையோடு சேமித்து கொண்டனர். நால்வரும் சிரிப்புடன் படியிறங்கி வர, அவர்களின் சம்மதத்தை சிரிப்பில் மொத்தம் குடும்பமும் அறிந்து கொண்டது.

3

தேடல் - 3

" எல்லாருக்கும் பிடிச்சு இருக்குன்னு நினைக்கிறேன். " பார்வதி புன்னகையோடு கேட்க,

" எல்லாருக்கும் சம்மதம். கல்யாணம் ஒன்றை வருஷம் கழிச்சு வர முதல் முகூர்த்தம் பார்த்து வைக்கலாம். இப்போ நிச்சயம் செய்து உறுதி பண்ணிடலாம். "

" நிச்சயம் இப்பவே பண்ணிட்டா, நல்லது கெட்டதுக்கு கலந்துக்க முடியாது. சொந்தம் எல்லாம் கூப்பிட்டு கோயிலில் வெச்சு உறுதி பண்ணி தட்டு மாத்திப்போம். கல்யாணத்துக்கு கொஞ்ச நாள் முன்னாடி நிச்சயம் பண்ணிடலாம். " பார்வதி சொல்ல, ரவிக்கும் அது சரியென தோன்ற, அவரும் சம்மதம் சொல்ல, இனிப்புகளை சாப்பிட்டு கொஞ்சம் நேரம் பொது விஷயங்கள் பேசிவிட்டு கிளம்ப,

" மைசூர் பாக் பேக் பண்ணி தரீங்களா? ரொம்ப நல்லா இருந்தது." மதியன் கொஞ்சம் தயங்கி புன்னகையுடன் கேட்கவும், மாறன் வாய்விட்டு சிரித்து விட்டான்.

" அப்போ உனக்கு பங்கு தர மாட்டேன் மாறா, சிரிக்காதே " மதி அவனை வாரி விட,

அன்னம் ஒரு பாத்திரத்தில் இனிப்பை அடைத்து தர, பார்வதி மகன்கள் இருவரையும் புன்னகையோடு பார்க்க,

" உங்களுக்கு அருமையான கை பக்குவம் அத்தை " மதியன் புன்னகையோடு சொல்லிக் கொண்டே அதை வாங்க, ஜோதி இப்போது சிரித்தாள். ஜோதி சிரிக்கவும் அவளை கேள்வியாக மதியன் பார்க்க,

" செஞ்சது பாரி. அவன் 5 ஸ்டார் ரெஸ்ட்ரெண்ட் செஃப். அவனுக்கு பொண்ணுகளே பொறாமை படற அளவுக்கு அருமையான கை பக்குவம். நான் சில சமையல் படிச்சதே பாரிகிட்ட தான்." ஜோதி பெருமையாக சொல்ல,

" அப்போ இன்பாவும், இனியாவும் அருமையா சமைப்பாங்கன்னு சொல்லுங்க. " பார்வதி ஆர்வமாக கேட்க,

" ரொம்ப அருமையா சமைப்பாங்க. அடுத்த முறை வரும் போது நீங்க சாப்பிட்டு தான் போகனும். " அன்னம் சொல்ல, பாரி தங்கைகளை பார்க்க, இருவரும் அன்னத்தை கலவரமாக பார்த்துக் கொண்டு இருந்தனர். தமிழ் செல்வன் மட்டும் சிரிப்பை கட்டுப்படுத்தி கொண்டு நின்று இருந்தான்.

மாறனும் மதியனும் அவரவர் துணைகளிடம் கண்ணில் விடை பெற, பெண் பார்க்கும் காட்சி இனிப்புடன் நிறைவு பெற்றது. தமிழ் தான் அவர்கள் சென்றதும் சிரித்து, அனைவரையும் சிரிக்க வைத்து இருந்தான்.

" பாவம் மா மூணு பேரும், கொஞ்சம் கூட இரக்கம் இல்லாம அடுத்த முறை சாப்பிட்டு போகனும் சொல்லி விட்டீங்க, இவங்க ரெண்டு பேரும் சமைச்சு, அவங்க சாப்பிட்டு " தமிழ் சொல்லிவிட்டு சிரிக்க,

" சித்திரமும் கைப்பழக்கம், செந்தமிழும் நா பழக்கம். யாரும் கரண்டியோட பிறக்கல, சமையல் ஒன்னும் அவ்ளோ கஷ்டமும் இல்ல. பசிக்கிற, சாப்பிடற எல்லாரும் சமைக்க தான் வேணும். இன்பாவும் இனியாவும் சமைச்சு நீங்க சாப்பிட தான் போறீங்க பாருங்க " பாரி அண்ணனை பார்த்து சொல்ல,

" அடேய்.. நான் கிண்டலுக்கு சொன்னேன் டா, ரெண்டு பேரும் கண்ணு நிறைய குடும்பமா வாழ போறாங்க, நம்ம எல்லாம் பார்த்து ஆச்சரியப்பட தான் போறோம்

பாரு " தமிழ் நிறைவாக சொல்ல, ரவி ஆம் என கூறி புன்னகைத்தார்.

" பொண்ணு பார்க்க வேண்டாம். நாங்க ரெடி ஆக மாட்டோம் எவ்ளோ சண்டை, அழுகை இப்போ பாருங்க சரின்னு சொல்லிட்டு, சத்தம் இல்லாம உக்கார்ந்து இருக்கறதை " முரளி கிண்டல் செய்ய, ஜோதி விளையாட்டாக அவனை முறைத்தாள்.

" எல்லா பொண்ணுக்கும் வர தயக்கமும் பயம் தான் இவங்களுக்கும், இனி எல்லாம் சரியா போய்டும். " ஜோதி இருவருக்கும் என பேச,

" சரி பாரி வேலைக்கு போகனும் இல்ல? நேரமாக போகுது. தமிழ் கிளம்பு கடைக்கு போவோம். முரளி ஒரு நாள் இங்க இருடா. ராத்திரி வந்து நிறைய பேசணும். " ரவி அனைவரிடமும் கட்டளையாக சொல்ல, மூவரும் சரியென தலை அசைத்து வைத்தனர்.

அவரவர் வேலையை பார்க்க அனைவரும் சென்று விட, பாரியும் கிளம்பி ரெஸ்டரெண்ட் வந்து சேர, பூர்ணா வேலையை விட்டு நிற்க, பேப்பர் போட்டு இருக்கிறாள் என்று அஷோக் சொல்ல, பாரிக்கு கோவம் வந்தது. அன்று பூர்ணா முகத்தில் ஒரு இறுக்கம். பாரி அவன் வேலையில் கவனமாக இருக்க, அவனை அவளும் கண்டு கொள்ளவே இல்லை. வேலை முடித்து இரவு கிளம்பும் போது வாசலில் அவளை பார்த்தவன்,

" உன் முடிவுக்கு நான் தான் காரணம் இல்ல? இது உன் முடிவு இதை பத்தி பேச எனக்கு எதும் இல்ல. ஆனா உன் வருங்கால கனவுக்கு இந்த வேலை முக்கியம். எங்க போனாலும் நல்லா வேலை செய். சந்தோசமா இரு. வாழ்த்துகள்." பாரி சொல்ல சொல்ல அவனையே பார்த்து நின்று இருந்தவள், அவன் வாழ்த்து சொல்லவும் அவனை கடந்து சென்று விட்டாள். பாரியின் மனம் ஏனோ கவலை கொண்டது. என்றும் தன்னை சிரிப்புடன் பார்க்கும் அவளின் கண்கள் இன்று வெறுமையாக இருக்க, இன்னும் பொறுமையாக அல்லது தன்மையாக தன் மனதை சொல்லி இருக்க வேண்டுமோ என்று தோன்றியது. இல்லம் வந்தவனுக்கு மன சோர்வு.

நள்ளிரவில் குளித்து வந்து அலைபேசி எடுத்து வலையொளி திறக்க, அவன் மனதை அறிந்தவள் போல காணொளி போட்டு இருந்தாள் மதுரயாழினி. தலைப்பை பார்த்ததும் ஹெட்செட் அணிந்து அவன் பிளே பட்டன் அழுத்த,

மதுரா பேசினாள்.

" வணக்கம் மதுரம் நேயர்களே, இன்னிக்கி நான் பேச போற விஷயம், Everything happens for a reason. எல்லாமே ஒரு காரணத்தோட தான் நடக்குது. நல்லதோ கெட்டதோ எல்லாமே ஒரு காரணத்துக்காக தான் நடக்குது. நல்லதா இருந்தா மனசுக்கு சந்தோசமா இருக்கும். அதே கெட்டதா இருந்தா, நமக்கு என்ன தோணும்? ஏன் இது நடக்கணும்? எனக்கு மட்டும் ஏன் இப்படி நடக்கணும்? நான் யாருக்கு என்ன பாவம் பண்ணேன் இதான். நம்ம வாழ்க்கை ஒரே இடத்தில் நின்னு போக போறது இல்லையே? வாழ்க்கை நகர மாற்றம் அவசியம் வேணும் தானே? காயம் மனசில் இருந்தாலும் சரி, உடலில் இருந்தாலும் சரி. அது நம்ம உயிருக்கு தர போறது பலம் மட்டும் தான். நம்மை புது விதமா மாத்தி காட்ட, பக்குவப்படுத்த நிச்சயம் எதாவது ஒரு விஷயம் நம்மை சுத்தி நடந்துட்டே தான் இருக்கும். "

" இந்த வாழ்க்கையும் வாழ்க்கை பயணமும் சுலபம் இல்ல. வழி முழுக்க தடைகளும் சோதனைகளும் நிறைஞ்சது. இதை கடக்க தினம் ஒரு பரிட்சை உண்டு. ஆனா நம்ம என்ன எதிர்ப்பார்க்கிறோம்? எல்லாமே சுலபமா கிடைக்கணும் இல்லையா? நம்மகிட்ட இல்லாத விஷயத்தை எல்லாம் நினைச்சு தினம் தினம் அழுகையும் வேதனையும் சோகமும் தானே நம்மகிட்ட இருக்கு? ரொம்ப ஆழமான அர்த்தமான ஒரு விஷயம் என்னன்னா, எங்கையோ ஒரு இடத்தில், யாரோ ஒருத்தர் ஹாஸ்பிடல் பெட்டில் படுத்துட்டு, கடவுள்கிட்ட நம்ம வெறுக்குற, வேண்டாம் சொல்ற இந்த வாழ்க்கையை தர சொல்லி, தனக்கு வேணும்னு வேண்டிட்டு இருக்காங்க. கொஞ்சம் யோசிச்சு பாருங்க, நம்ம எவ்ளோ ஆசிர்வதிக்கபட்டவங்க? கையில் இருக்கறதை கொண்டாட தெரியாதவங்க வாழ்க்கை ஒவ்வொரு நாளும் கசப்பு தான். அதே இந்த வாழ்க்கையை கொண்டாட தெரிஞ்சவங்களுக்கு இதான் வரம். எல்லாமே ஒரு காரணத்திற்காக தான் நடக்குது. நடக்கறது எதுவா இருந்தாலும் அதில் உள்ள நல்லதை எடுத்துட்டு, வாழ்க்கையை வாழ தொடங்குவோம். இத்தனை நேரமும் என் பேச்சை பொறுமையா கேட்ட நேயர்களுக்கு நன்றி. "

பாரி நெஞ்சில் அமைதி, அவளே பக்கத்தில் அமர்ந்து அறிவுரை கூறிய நிறைவு. அலைபேசியை வைத்து விட்டு கண்ணுறங்கி இருந்தான். அதே வீட்டின் இன்னொரு அறையில் தயங்கி தயங்கி ஒருத்தியும், சிரிப்பும் கலகலப்புமாக ஒருத்தியும் அலைபேசியோடு தூங்காது அமர்ந்து இருந்தனர். மதியும் இன்பாவும் நண்பர்களாகி இருக்க, மாறனும் இனியாவும் அறிமுகமும் பொது விஷயங்களும் பேசிக்-

கொண்டு இருந்தனர். நாட்கள் மெல்ல நகர மூன்று மாதமாகி இருக்க இரு ஜோடிகளுக்கும் காதல் மலர்ந்தது இருந்தது. அன்று சொந்தங்கள் சேர்ந்து இருக்க, இரு வீட்டிலும் மனம் நிறைந்து, பெண்ணுக்கு பூ வைத்து, வளையல் அணிந்து திருமண உறுதி செய்து கொண்டனர். அனைவரின் முகத்திலும் மகிழ்வு. மாறன், மதியன் இருவரும் அவர்களின் நட்புகளுக்கு இனியாவையும் இன்பாவையும் அறிமுகம் செய்து வைக்க, பெண்கள் இருவரும் அவர்களின் தோழிகளுக்கு என்று அறிமுகம் செய்து வைக்க, அங்கே கிண்டலும் கேலியும் சிரிப்புமாக இடம் மாறி இருந்தது. பின் அவர்களுக்கு என தனிமை கிடைக்க, செல்ஃபி எடுத்து கொண்டனர். மதியன் ஒரு படி மேலே சென்று அவன் காதலை இன்பாவின் கண் பார்த்து சொல்லி இருந்தான். இன்பாவும் இனியாவும் ஆண்கள் இருவருக்கும் ஒரே போல சட்டையும் கைக்கடிகாரத்தையும் கொடுக்க இருவரும் புன்னகையோடு வாங்கி கொண்டனர்.

" பரிசு எல்லாம் இப்போ வேண்டாம், சொந்தம் எல்லாம் ஏதாவது சொல்வாங்கன்னு அம்மா சொல்லவும் எதும் வாங்க முடில. சாரி " தப்பாக எடுத்து கொள்ள கூடாது என மாறன் தயங்கி சொல்ல,

" இதுவும் பாரி அண்ணா தவிர வீட்டில் யாருக்கும் தெரியாது. நேசத்தை பரிசில் தானே காட்ட முடியும். அதான்.. " இனியா பதிலாக சொல்ல,

" அப்போ எங்க நேசத்தை சொல்ல நாங்க பரிசு தரலையே? அப்போ எப்படி இதை வாங்க? " மதியன் கேள்வி கேட்டு சட்டையை திருப்பி கொடுக்க,

இன்பா கை அசைக்க,வளையல் ஒலி எழுப்ப, இனியா சிரித்தாள்.

" அதான் கை நிறைய வளையல் போட்டு, நேசத்தை சொல்லியாச்சு இல்ல? வேற என்ன இதை விட பெருசா வேணும்? " இன்பா மதியை பதிலில் வாய் அடைக்க செய்து இருக்க, இருவரும் பரிசை ஏற்றுக் கொண்டனர்.

" ஆமா உங்க பாரி அண்ணா எங்க? வந்த அப்போ வரவேற்க வந்தாரு, சடங்கு வரை இருந்த வரை, அதுக்கு அப்புறம் காணோம்? "

" எங்க அண்ணா தான் இன்னிக்கி சமையல் அவன் நட்புகள் எல்லாரும் சேர்ந்து தான் செய்றாங்க. முதல் முறை நீங்க சாப்பிட போறீங்க அதான் வீட்டு சமையலா இருக்கட்டும் முடிவு பண்ணி, விருந்து தயாராகுது. சட்டை மட்டும் தான் எங்க

செலெக்ஷன். வாட்ச் அண்ணா வாங்கினது, வாட்ச் பார்க்கும் போது எல்லாம் நீங்க சிரிப்பீங்கன்னு சொன்னார். பார்த்து சொல்லுங்க " இன்பா இப்படி சொல்லவும் அவர்கள் முன்னே பரிசை பிரித்தான் இளமதியன்.

ஆம் பார்த்ததும் அவன் இதழ்கள் விரிந்தது. வாட்ச் டயல் உள்ளே இன்பாவின் புகைப்படம். அதுவும் சிறு குழந்தையில் அவள் முகம் எல்லாம் சாக்லேட் பூசி இருந்தது. மணி பார்க்கும் போது எல்லாம் புன்னகை வருவதை தவிர்க்க முடியாதே? நால்வரும் பார்த்து சிரிக்க, இப்போது மாறன் பரிசை திறக்க, டயல் உள்ளே இனியா முகம் சுருக்கி கோவமாக பள்ளி சீருடையில் இருக்க மாறன் பார்த்து விட்டு பெரிதாக சிரிக்க மதியனும் வாங்கி பார்த்து சிரிக்க அவனுக்கு சிரித்து கண்ணீரே வந்து விட்டது. நால்வரும் பரிசு பிரித்து, சிரித்ததை எல்லாம் புகைப்படம் எடுத்து கொண்டு இருந்தான் பாரியின் நண்பன் வெற்றிவேல்.

அனைவரையும் உண்ண அழைக்க, பந்தி ஆரம்பிக்க, இளமாறனும் இளமதியனும் அமர, பாரிவேந்தன் அவர்களுக்கு பரிமாற வந்தான். தண்ணீர், உப்பு, மைசூர் பாக்கு, அப்பளம், பீன்ஸ் கேரட் காலிஃப்ளவர் பட்டாணி என கலவை காய்களில் பொரியல், நாட்டு காய்கள் மட்டும் போட்டு அவியல், வெண்டைக்காய் பச்சடி, மாங்காய் ஊறுகாய், சாதம் முதலில் முருங்கை சாம்பார், அடுத்து வத்தல் போட்டு புளி குழம்பு, பின் தக்காளி ரசம், இஞ்சி பெருங்காயம் போட்டு தாளித்த மோர், பருப்பு பாயசம், என கண்ணுக்கும், வயிற்றுக்கும் விருந்து வைத்து இருந்தனர். சுவையில் வயிறோடு மனமும் நிறைந்து போனது. பாரியின் மேற்பார்வையில் நடந்த சமையல், நண்பர்கள் அனைவரும் 5, 7 நட்சத்திர ஹோட்டல் மட்டும் ரெஸ்ட்ரெண்ட் செஃப்கள் அவர்களின் சமையல் எப்படி சுவைக்காது போகும்? வந்தவர்கள் அனைவரும் சாப்பாட்டை புகழ்ந்து பேசி, பாராட்டி விட்டு சென்றனர்.

மதி பாரியை தேடி செல்ல, பாரி அவனை கண்டதும் புன்னகைக்க,

" உங்க சமையல் இவளோ அருமையா இருக்கும்னு தெரிஞ்சு இருந்தா, நான் உங்களையே கல்யாணம் பண்ண சம்மதம் சொல்லி இருப்பேன். உங்க கைக்கு தங்கத்தில் காப்பு செஞ்சு போடணும் மச்சான். " மதி முகம் நிறைய புன்னகையோடு சொல்ல,

" என் தங்கச்சி கேட்டா என் முதுகை மட்டும் இல்ல உங்க முதுகும் அவ்ளோ தான். இன்னிக்கி என் தங்கச்சி தான் உறுதி பண்ண அப்புறம் வேற ஒரு ஆம்பளையை கூட நீங்க நினைக்க கூடாது. அதும் போக என் தங்கச்சிக்கு நான்

துரோகம் பண்ண மாட்டேன் மாப்பிள்ளை. அடுத்த ஜென்மத்தில் நம்ம சேர முயற்சி செய்வோம். " பாரி சிரிக்காது அவனுக்கு பதில் சொல்ல, மதி வாய்விட்டு சிரித்து இருந்தான். அவனை தேடி வந்த மாறன் மதியை பார்த்து,

" என்னடா எதை பார்சல் கேட்டு வந்து நிக்கிற? " என கேட்க, மதி மாறனை முறைத்தான்.

" உங்க உடன்பிறப்பு என்னையே பொண்டாட்டியா கேக்குறார் மாப்பிள்ளை. நான் வீட்டுல திட்டுவாங்க, தங்கச்சி பாவம் சொல்லி முடியாதுனு மறுத்துட்டேன்." பாரி சொல்ல, மாறன் சிரிக்க, மதியும் சிரித்து இருந்தான்.

" ரொம்ப நல்லா பேசறீங்க, உங்க கிஃப்ட் செலக்சன் ரொம்ப சூப்பர். நீங்க ஒரு இன்டர்ஸ்டிங் கேரக்டர் மச்சான். எங்களுக்கும் உங்களை விட ஒரு வயசு தான் கம்மி எங்களையும் உங்க நட்பு குழுவில் சேர்த்துக்கோங்க." மாறன் சொல்ல, பாரி அவர்களின் அலைபேசி எண்ணை அவன் நட்பு குழுவில் இணைத்து இருந்தான். மொத்தம் 11 பேர் கொண்ட குழு இப்போது 13 ஆகி இருந்தது. பாரி அறிமுகம் செய்து வைக்க, அவனின் நண்பர்களும் இவர்களோடு சேர்ந்து கொண்டனர்.

இப்படி அன்று மாலை வரை சொந்தங்கள் எல்லாம் பேசி, பின் அனைவரின் முன்னும் பரிசுகளை காட்டி, முறைத்து அன்னையிடம் பாரி பதில் சொல்லி அனைவருக்கும் வாட்ச் டயலை காட்டி சிரிக்க, இருவரும் சட்டையை மாற்றி வந்து பெண்கள் இருவருக்கும் காட்ட, அவர்களின் கண்களும் நிறைந்து போனது. குடும்பமாக புகைப்படம் எடுத்து கொண்டு, பாரி கட்டி கொடுத்த வத்த குழம்பை-யும், மைசூர் பாக்கையும் வாங்கி கொண்டு விடைபெற்று இருந்தனர்.

4

தேடல் - 4

நாட்கள் நகர, மாறனும் மதியனும் பாரியின் வீட்டில் இயல்பாக பழகும் அளவுக்கு நெருங்கி இருந்தனர். இன்பா, இனியா இருவரின் படிப்பும் முக்கியமென பாரி மாறனிடமும், மதியனிடமும் சொல்லி வைத்து இருந்ததால் அலைபேசி பேச்சுக்கள் அவர்களின் படிப்பை தொல்லை செய்யாத அளவோடு இருந்தது.

பாரியின் பெரும் வேலையாக தங்கைகள் இருவருக்கும் சமையல் சொல்லி தர ஆரம்பித்து இருந்தான். இட்லி, தோசை, பணியாரம், இடியாப்பம், ஆப்பம், சப்-பாத்தி, பூரி முடித்து இப்போது சட்னிக்கு வந்து சேர்ந்து உள்ளனர். தேங்காய் சட்-னியில் தங்கைகள் தேர்ந்து விட, இன்று தக்காளி சட்னி செய்ய பாடம் எடுத்து கொண்டு இருந்தான்.

" முதலில் வெங்காயம் முழுசா வதங்கி வரணும். உப்பு எல்லாம் போட்டு ஷார்ட் கட் பண்றேன் சொல்லி சொதப்பி வைக்க கூடாது சரியா? அதுவே வதங்கி அதில் உள்ள இனிப்பு வெளியில் வரணும். அப்புறம் இஞ்சி, பூண்டு, ரெண்டு போடணும். ரெண்டும் தனி தனியா போட்டு, அதோட பச்சை வாசனை போற வரை வதக்கி, அதுக்கு அப்புறம் தக்காளி போடணும். தக்காளி தோல் பிரிஞ்சி, முழுசா வேகனும் அப்புறம் தான் மஞ்சள், மிளகாய் தூள் போடணும். அதுக்கு அப்புறம் கடைசியா கொஞ்சம் உப்பு. அதையும் மசாலா வாசனை போற வரை வதக்கி இறக்கி ஆற விடனும். அதுக்கு அப்புறம் அரைச்சு, கடுகு, கருவேப்பிலை தாளிச்சு விடணும். புரியுதா? எதும் சந்தேகம் இருக்கா? இருந்தா சொல்லுங்க. " பாரி கேட்க,

" அண்ணா எவ்ளோ வேலை? ஈஸி சட்னி எதும் சொல்லி குடு அண்ணா. இத்தனை வேலை ஒரு சட்னி செய்யவா? இந்நேரம் நூடுல்ஸ் செஞ்சு சாப்பிட்டே இருக்கலாம்." இன்பா கவலையாக சொல்ல, பாரி அவளை முறைத்தான்.

" இது சமையல் இன்பா. ஆய கலைகள் அறுபத்து நாலில் ஒன்னு, இதுக்கு மனசும் புத்தியும் ஒரே நேர்க்கோட்டில் இருக்கணும். ஒரு கலைக்கான மரியாதையை முதல தர கத்துக்க, அப்புறம் இந்த கலைக்கு அன்பும் அர்ப்பணிப்பும் ரொம்ப ரொம்ப முக்கியம். உன் கையில் சாப்பிடறவங்க மனசும் வயிறும் நிறையனும். முழு அன்போட சமைக்கும் போது உணவோட ருசியும் மணமும் உன் அன்பை உணர வைக்கும் புரிஞ்சுக்க. "

" யார் வேணாலும் சமைக்கலாம். ஆனா ருசி அர்ப்பணிப்பும் அன்பும் சேரும் போது தான் வரும். ஒரு தாய் தன் குழந்தைக்கு பசியாத்தும் போது உண்டாகுற உணர்வு இது. மெனகேட்டு தான் ஆகனும். சாப்பிட போறது உன் குடும்பம். அவங்க மனசும் வயிறும் நிறையும் போது கிடைக்கிற பூரண உணர்வு. வேற எதிலும் கிடைக்காது. " பாரி சொல்லிவிட்டு அமைதியாக இன்பா முகம் பார்க்க, தலைகுனிந்து மன்னிப்பு கேட்டாள்.

" இந்த சட்னி செய்ய எவ்ளோ முறை திட்டு வாங்கி இருக்கேன் தெரியுமா? ஒரு முறை வெங்காயம் வதங்கி இருக்காது, இன்னொரு முறை தக்காளி, ஒரு முறை உப்பு காரம், ஒரு முறை இஞ்சி பூண்டு ரெண்டும் சேர்ந்து பச்சை வாசனை. ரெண்டு நாள் இதே செய்து செய்து சரியா செஞ்சதும் தான் எனக்கு நிம்மதியே வந்தது. எனக்கு எப்பவும் ஆர்வம் அதிகம் ஒரே நாளில் எட்டு முறை செய்து இருக்கேன். சோ செய்யுங்க, செய்ய, செய்ய தான் சமையலில் ஆர்வம் வரும்." பாரி சொல்லிவிட்டு இருவரையும் கவனிக்க இருவரும் செய்தனர். இருவருக்கும் பக்குவம் சொல்லி கொடுத்து இருவரும் செய்த சட்னியை ருசித்து மீண்டும் ஒரு முறை செய்ய சொல்ல,

" டேய் பாரி, நீ சும்மா சும்மா அவங்க ரெண்டு பேரையும் திரும்ப திரும்ப ஒரே டிஷ் சமைக்க சொல்லாத, நீ வேலைக்கு போய் அங்க ரெஸ்டரெண்ட் சாப்பாட்டை சாப்பிடுவ, நாங்க தான் அனுபவிக்கனும். நல்லா இருந்தா அடுத்த டிஷ் போய்டு. டிரெய்னிங் தரேன் சொல்லி எங்களை கஷ்டப்படுத்தாத டா " தமிழ் செல்வன் சொல்லவும் பாரி சிரிக்க, இன்பாவும் இனியாவும் முகம் சுருக்க, பாரி இருவரையும் சமாதானம் செய்து வைத்தான்.

" அண்ணா மதியும், மாறனும் பாவம் இல்லையா? நீங்க செய்ய போற தியாகம் தான் அவங்க உயிருக்கு உத்தரவாதம். கொஞ்சம் அட்ஜஸ்ட் பண்ணுங்க " பாரி சிரிக்காது சொல்ல, இனியா பாரியின் முதுகில் அடிக்க, அவன் தமிழ் பின் வந்து ஒளிந்து கொள்ள, இப்போது தமிழ் இருவரையும் சமாதானம் செய்து வைத்தான்.

அன்று பாரி வேலைக்கு போகவும், அவனை மேனேஜர் பார்க்க வர சொல்லி இருக்கிறார் என கூற, உடை மாற்றி விட்டு அவர் முன் சென்று நின்றான். அங்கே வந்த அவனின் தேப்யூடி செஃப் பத்மநாபன்,

" சார் நீங்க பேச போறது முக்கியமான விஷயம்னு தெரியும். ஆனா ஆர்டர் வந்துட்டு இருக்கு, பாரி இப்போ அவனோட ஸ்டேஷன் போகனும். வேலை முடிஞ்சதும் இதை பேசலாமே? " பத்மநாபன் கேட்க, மேனேஜர் யோசனையாக தலை அசைத்து,

" வேலை முடிச்சு என்னை வந்து பார்த்துட்டு போ, சரியா? " மேனேஜர் கேட்க, பாரி சரியென தலை அசைத்து விட்டு அவன் ஸ்டேஷன் செல்ல, பத்மநாபன் அவன் உடன் அமைதியாக வந்தார்.

" என்னாச்சு சார்? ஏன் அமைதியா இருக்கீங்க? எதும் பிரச்சனையா? உங்க முகமே சரி இல்ல " பாரி அவரிடம் தயங்கி தயங்கி கேள்விகளை கேட்டு பதிலுக்காக அவர் முகம் பார்த்திருக்க,

" எப்படி பாரி சொல்றது. அது... " அவர் தயங்கி நிற்க, பாரி கூற சொல்லி மீண்டும் கேட்க,

" பூர்ணா உன் மேல புகார் கொடுத்து இருக்கா, நீ அவளை டீஸ் பண்ணாத சொல்லி, நம்ம ஹெச். ஆர் டிபார்ட்மெண்ட் வேலை விட்டு போனதுக்கு விரிவான லெட்டர் கேட்க, அதில் அவ உன்னை காரணமா எழுதி இருக்கா, உன் மேல வார்னிங் விழுந்து இருக்கு, வேலை விட்டு உன்னை எடுக்கணும் சொல்லிட்டு இருந்தாங்க. ஆனா நம்ம ஹெட் உன்னை பத்தி சொல்லி நீ டீமுக்கு வேணும். பாரி இல்லாம என்னால சாஸ் செக்சன் நடத்த முடியாதுன்னு சொல்லிட்டார். நானும் எடுத்து சொன்னேன். முறைப்படி உன்கிட்ட ஒரு முறை பேசணும் தான் உன்னை கூப்பிட்டு இருக்கார். ஒன்னும் இல்ல அது பொய்யுன்னு மேனேஜருக்கும் தெரியும், கூப்பிட்டு விசாரிக்க வேண்டியது அவர் கடமை இல்லையா? நீ எதுக்கும்

வொர்ரி பண்ணாத பாரி. "

பாரி அமைதியாக கழிவறை சென்றவன் சில நிமிடம் அமைதியாக நின்று இருந்து பின் முகம் கழுவி அவனின் ஸ்டேஷன் வந்து நின்றான். ஆர்டர்கள் வர எப்போதும் போல சமையலை கவனமாகவும் சுவையாகவும் செய்து அனுப்பி கொண்டு இருந்தான். அன்று உணவு உண்ண அவன் நகரவில்லை. வேலைகள் முடித்து உடை மாற்றி மேனேஜர் முன் சென்று நிற்க,

" பூர்ணா சொன்னது உண்மையா? ஒரு பொண்ணுகிட்ட கண்ணியம் இல்லாம நடந்து இருக்கேன்னு ரிபோட் வந்து இருக்கு, உன் பதில் என்ன? "

" எனக்கு சமையல் தான் சாமி. சமையலறை தான் கருவறை. என் மனசுக்கு தெரிஞ்சு பூர்ணாவை நான் கண்ணியம் இல்லாம பார்த்தது கூட இல்ல சார். அவ்ளோ தான் என் பதில். என்னை பத்தி இதுக்கு மேல நான் சொல்லி உங்களுக்கு தெரிய வேண்டியது இல்லையே சார். இல்ல.. உங்களுக்கு என் மேல எதாவது அதிருப்தி, சந்தேகம் இருந்தா, நீங்க என்ன நடவடிக்கை எடுத்தாலும் நான் அதை ஏத்துக்கரேன். " பாரியின் பதிலில் திடமும் பொறுமையும் இருக்க, அவனை இல்லம் செல்ல சொன்னார்.

இல்லம் வந்தவனுக்கு இதயம் எல்லாம் பாரம். உடை கூட மாற்றாது, அப்படியே படுத்து கொண்டான். செய்யாத தப்புக்கு விளக்கம் சொல்ல வேண்டிய நிலைக்கு கொண்டு வந்து விட்டாளே என அவள் மீது கோபமும் வந்தது. இன்னொரு பக்கம் நம்பிக்கை இல்லாது தானே விளக்கம் கேட்டு இருக்கிறார்கள் என்று தோன்ற அவமானமாக இருந்தது. அலைபேசி எடுத்து மதுராவிடம் அனைத்தும் எழுதி மின்னஞ்சல் அனுப்பி வைத்தான். அதன் பின் தான் தூக்கம் வந்தது. அடுத்த நாள் மதியம் ஆகியும் எழுந்து வராதா தம்பியை எழுப்ப வந்த தமிழ், அவன் தண்ணியடித்து இருக்கிறான் என அறிய, அவன் முதுகில் அடித்து எழுப்பினான். எழுந்தவன் அவனை கண்டு புரண்டு படுக்க,

" தண்ணியடிச்சுட்டு வந்து இருக்க, என்னடா இது புது பழக்கம்? ரெண்டு வயசு பொண்ணுங்க இருக்கிற வீடு இது கொஞ்சமாவது அந்த நினைப்பு இருக்கா, டேய் பாரீரி... " தமிழ் செல்வன் கோவத்தில் கத்த, அன்னம் பாரியின் அறைக்குள் வர, தமிழ் தாயிடம் புகார் சொல்ல, அன்னம் அவனை எழுப்பி விட்டார்.

" பாரி தண்ணி அடிச்சு இருக்கியா? அடிச்சு இருந்தா ஏன் முதலில் காரணம்

சொல்லு " அன்னம் அவன் கண் பார்த்து கேள்வி கேட்க, பாரி நேற்று நடந்த அனைத்தையும் கூறினான்.

" அசிங்கமா, அவமானமா இருந்தது. என் மேல நம்பிக்கை இல்லாம கேள்வி கேட்டாரு மா, நேத்து ஆர்டர் அதிகம், சோர்வு அதான் குடிச்சேன். ஒரு கிளாஸ் தான் அதுவும் எல்லாம் மறந்து தூங்க மட்டும். இப்போ குடிச்சதே தப்பு தான். சாரி இனி மேல் இப்படி செய்ய மாட்டேன். "

" டேய், கேள்வி கேட்டது வெறும் பார்மலிட்டி, கேட்டு தான் ஆகனும் அதான் கார்பரேட். உனக்கு நாங்க சொல்லனுமா இதை எல்லாம்? போய் முதலில் குளிச்சுட்டு வந்து சாப்பிடு." தமிழ் அவனுக்கு சமாதானம் சொல்ல,

" ராத்திரி சாப்பிட்டியா? " அன்னம் கேட்க, இல்லையென பாரி தலையாட்டி சொல்ல, அவனை கால் மணி நேரத்தில் உணவு மேஜைக்கு வர வேண்டும் என சொல்லிவிட்டு சென்று இருந்தார்.

பாரி குளித்து வரவும் அவனுக்கு சாப்பாடு வைக்க அமைதியாக சாப்பிட்டு வந்து தாயின் மடியில் தலை சாய்த்து படுத்து கொண்டான். தமிழ் செல்வன் சிறு புன்னகையை சிந்தி விட்டு கடைக்கு கிளம்பி சென்று இருக்க, அன்னம் அவன் தலை தடவி மெல்ல பேச்சை ஆரம்பித்தார்.

" அந்த பிள்ளை பூர்ணாவ வேண்டாம்னு சொல்லிட்ட, அப்போ உன் மனசில் இருக்கிற பொண்ணு யாரு? அம்மாக்கு சொல்வ தானே பாரி? "

அன்னம் இப்படி கேட்கவும் சட்டென தாய் முகத்தை பார்த்து சிரித்து விட்டான். அன்னத்தின் முகத்தில் கேள்வியும் மகன் என்ன சொல்வான் என்ற ஆர்வமும் இருக்க, எழுந்து சென்று அலைபேசியை எடுத்து வந்தான். பாரி பெண்ணின் முகத்தை காட்டி அறிமுகம் செய்வான் என்று அன்னம் பார்த்திருக்க, இவனோ யூடியூப் திறந்து எதையோ தேடிக்கொண்டு இருந்தான்.

மதுரம் சேனல் வரவும் அதில் மதுராவின் காணொளி ஒன்றை ஓட விட்டான். அன்னம் புரியாது பார்க்க,

" என் மனசில் உள்ள பொண்ணு இவ தான் மா. இவளை தான் நேசிக்கிறேன். எங்க இருக்கா, எப்படி இருப்பா, எதும் தெரியாது. எங்களுக்குள்ள நட்பு மட்டும்

இருக்கு இப்போ, கூடிய சீக்கிரம் இந்த நட்பும் காதலாகும். இது முட்டாள் தனமா கூட உங்களுக்கு தோணலாம். எனக்கு நம்பிக்கை இருக்கு, என் உள் உணர்வுகள் சொல்லுது. " பாரி சொல்லிவிட்டு முன்னொரு நாள் அவள் பாரிக்கு என தன்னம்பிக்கை தரவும் அவன் கனவுகள் கைகூட அவள் கூறிய அறிவுரை காணொளியை அவன் பிளேலிஸ்டில் இருந்து எடுத்து ஓட விட்டான். அன்னம் அதை பார்த்து விட்டு, பாரி முகம் பார்க்க, அவன் முகத்தில் புன்னகை.

" எனக்கு புரியல பாரி, உன் நம்பிக்கையும் உணர்வும் உண்மையா இருந்தா சரி. அதுவே வெறும் கனவா, பொய்யா போய்ட்டா என்ன செய்றது? அந்த பொண்ணுகிட்ட சீக்கிரம் உன்னோட மனசை சொல்லி முடிவு கேளு. வெறும் குரலில் உள்ள ஈர்ப்பை நீ காதலா நினைக்க மாட்டேன் மனசு சொன்னாலும், அம்மாவா பயமா இருக்குடா. என் பிள்ளைங்க யாருக்கும் எந்த குறை வந்தாலும் என்னால தாங்க முடியாது பாரி. "

" கண்டிப்பா வராதுமா, நேரம் வரும் மதுராகிட்ட சொல்லிட்டு சொல்றேன் மா. வீண் கவலை வேண்டாம். நான் அந்த அளவுக்கு முட்டாள் இல்ல. அந்த பொண்ணுக்கு விருப்பம் இல்லன்னா விலகிடுவேன். உங்க விருப்பம் போல என் வாழ்க்கை அமையும். மதுரா கிடைச்சா சந்தோசம் அவ்ளோ தான். எதார்த்தம் மீறி வாழ முடியாது மா அது எனக்கும் தெரியும். இது போல முகம் தெரியாத காதல் எல்லாம் நிறைவேற வாய்ப்புகள் ரொம்ப ரொம்ப குறைவு தான். ஆனா என் மனசு எதையோ சொல்லுது. அதோட வழியில் இப்போ போய்ட்டு இருக்கேன். "

அன்னம் பாரியின் மன தெளிவில் நிம்மதியாக, பாரி தாயின் மடியில் மீண்டும் சாய்ந்து இருந்தான். முன் தினமே அன்றைய நாள் விடுமுறை சொல்லி விட்டதால், பாரி மாலையும் சமையல் வகுப்புகள் எடுக்க, தங்கைகள் இருவரையும் சமைக்க வைத்து இருந்தான். அன்று இரவு உணவை குடும்பமாக அமர்ந்து சாப்பிட்டு, கதை பேசினார்கள்.

" ஏன் பாரி, அண்ணா காலையில் உங்க மேனேஜர் பேசினதை சொன்னான். நீ ஏன் இன்னும் காத்திருக்க? பணமா இல்ல நம்மகிட்ட உன் சொந்த ரெஸ்ட்ரேன்ட் திறக்கலாம் தானே? இன்னும் எவ்ளோ நாள் எக்ஸ்பீரியன்ஸ் வேணும் உனக்கு? " ரவி மகனிடம் விவரம் பெற கேள்விகளை கேட்டு காத்து இருக்க,

" இன்னும் கொஞ்சம் நேரம் வேணும் பா, நான் இன்னும் தயார் இல்ல. ஆரம்-

பிக்கறது ஈஸி தான் அப்பா. ஆனா நமக்கு உண்மையான, விஸ்வாசம் உள்ள செஃப் தேவை. நம்ம எதாவது புது டிஷ் செய்து, ஹோட்டலில் அது நல்லா போய், டிமாண்ட் இருக்கும் போது, அந்த செஃப் நம்மை விட்டு போய் அதே டிஷ் வேற இடத்தில் செஞ்சா நம்ம என்ன செய்ய முடியும்? நம்மகிட்ட கத்துகிட்டு வெளிய போய் அவங்க வியாபாரம் பார்த்தா அது நமக்கு நஷ்டம். நான் எல்லாமே எழுதி வெச்சு பொறுமையா வேலை செய்றேன் பா. அதும் போக வெற்றி கூட சேர்ந்து ஒரு கோர்ஸ் படிக்க அப்லை பண்ணி இருக்கேன். அந்த கோர்ஸ் முடிக்கனும். நான் முழுசா தயாரானதும் சொல்றேன்."

ரவி மகனின் தலை முடியை கோதி விட்டு, மகள்களின் பேச்சில் கவனமாகி இருந்தார். அன்றைய நாள் முழுதும் பெற்ற ஓய்வில் பாரியின் மனம் சரியாகி இருந்தது.

5

தேடல் - 5

இரவு உணவு முடித்து அறை வந்தவனுக்கு உறக்கம் வரவில்லை. அலைபேசி எடுத்து நெட் ஆன் செய்ய, மதுராவின் மின்னஞ்சல் வந்திருப்பதாக செய்தி வந்தது. அதை ஆர்வமாக திறந்து பார்க்க,

" வணக்கம் பிவி (PV) சார், உங்களின் செய்தி கிடைத்தது. முதலில் என்னுடைய வருத்தங்கள் நேற்று உங்களுக்கு நடந்த எதையும் ஏற்றுக் கொள்ள முடியவில்லை. எப்படி அதை நீங்கள் கடந்தீர்கள் எனும் பெரும் கேள்வி எனக்கு நெஞ்சில் உள்ளது. கடந்தது கடந்து போகட்டும். உங்களின் மனநிலை இப்போது என்ன? நீங்கள் நலம் தானே? இன்று உங்களுக்காக தான் நான் காணொளி பதிவேற்றம் செய்தேன். பார்த்து விட்டு உங்களின் கருத்தையும் என் கடிததிற்கு பதிலும் அனுப்புங்கள். நன்றி, மதுரயாழினி. "

அவளின் மின்னஞ்சல் கண்டு பாரியின் முகத்தில் புன்னகை, நிமிடமும் தாமதிக்காது யூடியூப் உள்ளே செல்ல, மதுராவின் வீடியோ வந்திருக்கும் அறிவிப்பை செயலி காட்டியது. அதை தொட்டு திறக்க,

" வணக்கம் நேயர்களே,

நான் உங்கள் மதுரயாழினி. இன்று நான் உங்களோடு பேச போகும் தலைப்பு, நம்மை ஒருவர் அவமதித்தால் அல்லது அவரின் கோவத்தை நம்மீது செலுத்தினால் என்ன செய்ய வேண்டும்? வாருங்கள் பார்க்கலாம். "

" நம்மை ஒருத்தர் எதுக்கு அவமானப்படுத்தனும்? என்ன காரணம்? ஏன்? உளவியலார்கள் இதுக்கு நாலு காரணத்தை சொல்றாங்க. அதில் முதல் காரணம், பாதுகாப்பு இன்மை. ரெண்டு, பொறாமை. மூணு, நம்மை பற்றிய புரிதலே அவங்களுக்கு இல்லாம இருக்கிறது. நாலு, டீசிங் பண்றது அவங்களுக்கு விளையாட்டு. "

" ஒரு உறவு, வாய்ப்பு, வேலை, இப்படி ஏதோ ஒன்னு தனக்கு இல்லாம போய்டும் சொல்லி வர பாதுகாப்பு இன்மை. "

" தன்னை விட சிறந்து விளங்கினால் வர கோவம், அவங்களோட இயலாமை அதோட வெளிப்பாடு தான் இந்த பொறாமை."

" எவ்ளோ பக்கத்தில் இருந்தாலும் நம்ம மனசும், எண்ணமும் புரியாத சிலர். நம்மை அவமானப்படுத்த காரணம் இதான். "

" இது சின்ன பிள்ளைகள் செய்வது. உணராது கிண்டல் செய்து அவங்களை அவமானத்தில் நிறுத்தி இருப்பாங்க. அது முதலில் விளையாட்டா இருந்து பின்னாடி சிலருக்கு விபரீதமாக மாறும். அப்போ இதை தவறுன்னு புரிஞ்சுப்பாங்க. "

" சரி, அப்போ நம்மை அவமானபடுத்தினா என்ன செய்யனும்? அதுக்கு ஒரு கதை சொல்றேன். புத்தர் சொன்ன வாழ்க்கை படங்களின் இதுவும் ஒன்னு."

" ஒரு நாள் துறவி ஒருத்தர் புத்தரை தேடி வந்து அவரை கோவத்தில் நிறைய கடும் சொற்களை பேசி இருக்கார். அப்படி பேசறது மூலம் புத்தரை அவமானப்படுத்த முடியும்னு அவர் நினைச்சுட்டு பேச, புத்தரோ அமைதியா அந்த துறவியை பார்த்திட்டு உக்கார்ந்து இருக்கார். புத்தர் முகத்தில் கொஞ்சம் கூட கோவம், வெறுப்பு, வேதனை இப்படி எதுவும் இல்ல. அவர் முகத்தில் இருந்த அமைதியும் சாந்தமும் எதிரில் இருந்த துறவியை பேச விடாம செய்ய, அந்த துறவி புத்தரை பார்த்து, "

" நான் இவளோ திட்டியும் உங்களுக்கு கோவம் வரலையா? எப்படி அமைதியா இருகீங்கன்னு " கேட்டார்.

" அதுக்கு புத்தர், நீ ஒருத்தருக்கு சில சில்லறை காசுகளை கொடுத்து, அதை

அவங்க வாங்க மறுத்தா அதுக்கு யாருக்கு போய் சேரும்னு?" கேள்வி கேட்டார்.

" அந்த துறவி அதுக்கு, நான் தானே கொடுத்தேன்? அப்போ கொடுத்த எனக்கு தான் அந்த காசுகள் சொந்தம்னு சொல்ல, புத்தர் முகத்தில் சின்ன சிரிப்போட, அதே போல தான், நீ கொடுத்த கோவத்தையும் அவமானத்தையும் நான் வாங்கவே இல்ல. அது இப்போ உன்கிட்ட தான், உனக்கு சொந்தமா இருக்குன்னு சொன்னார். அப்போ தான் துறவிக்கு அவரோட தப்பு புரிஞ்சு இருக்கு, புத்தர் கிட்ட மன்னிப்பு கேட்டு இருக்கார். "

" இந்த கதையில் புத்தர் கடை பிடிச்சது செல்ஃப் கண்ட்ரோல். அதாங்க சுய கட்டுப்பாடு. தன்னை ஒருத்தர் அவங்களோட பாதுகாப்பு இன்மைகளுக்காக, பொறமைக்காக, நம்மல சரியா புரியாம, சில விளையாட்டா இப்படி எந்த காரணத்தில் அவமானம் செய்தாலும் நம்ம நம்மோட சுய கட்டுப்பாட்டை இழக்க கூடாது. "

" அந்த அவமானமும், கோபமும் நம்ம வாங்கினால் தானே நமக்கு பாதிப்பு? கொடுத்து வாங்காத பொருள் கொடுத்த அவங்களுக்கு தானே சொந்தம்? நம்ம மனம் நம்ம கட்டுபாட்டில் இருக்கும் போது, இந்த சின்ன அவமானங்கள் நம்மை பாதிக்காது. யாராவது உங்களை இனி அவமானப்படுத்த நினைச்சா, அதை வாங்காதீங்க. மனசை சுய கட்டுபாட்டில் வையுங்க. இத்தனை நேரமும் பொறுமையாக கேட்ட நேயர்களுக்கு அன்புடன் நன்றி. "

முழுதும் கேட்டு முடித்தவனுக்கு மனம் தெளிந்து இருந்தது. நேற்று சுமையாக தெரிந்த மனம், இன்று இதமாக இருந்தது. மதுரா அவளின் குரலில் தான் எத்தனை ஈர்ப்பு? அவள் சொல்லும் கதையிலும் கருத்திலும் தான் எத்தனை நிதர்சனம்? எனக்காக யோசித்து இன்று வீடியோ பதிவு செய்து இருக்கிறாள் என்று தோன்ற, மனம் இன்னும் இதமாக, முகமெல்லாம் புன்னகையோடு மின்னஞ்சல் திறந்தான் பாரி. அவளின் மின்னஞ்சலை மீண்டும் வாசித்தவன், அவளுக்கு பதில் எழுத தொடங்கி இருந்தான்.

" நான் நல்லா இருக்கேன் மதுரா, இன்னிக்கி வேலைக்கு போகல, வீட்டில் அம்மா கூட இருந்தேன். மனசு சரியாகிடுச்சு. உங்க வீடியோ பார்த்தேன். இப்போ மனசு லேசா இருக்கு, இதுக்காவா நேத்து அழுதேன் தோணுச்சு. தாங்க்ஸ், மதுரா. எனக்கு மன வருத்தம் இருக்கும் போது எல்லாம் உங்க குரல் தான் மருந்து. இன்னிக்கும் உங்க வார்த்தைகள் எனக்கு மருந்தாகி இருக்கு. எனக்காக வீடியோ எல்லாம் போட்டதுக்கு ரொம்ப தாங்க்ஸ். உங்க குரலும் கதையும் எப்பவும் போல

மனசுக்கு இதம். "

பாரி அவளுக்கு மெயில் அனுப்பி வைக்க அவளிடமிருந்து உடனே பதில் வந்தது. அதை பார்த்து பாரிக்கு இன்னும் மகிழ்வு. பின் இருவரும் கொஞ்சம் பொதுவாக பேசிக் கொண்டு உரையாடலை முடித்து கொண்டனர். பாரி மனம் வார்த்தையில் சொல்ல முடியாத நிலையில் இருந்தது. அவளோடு இவனுக்கு மட்டும் தான் காதல் உணர்வு, அதை நட்பென ஒரு கட்டத்தில் வைத்து மரியாதையாக தான் பேசிக்கொண்டு இருக்கிறான். ஆனால் அவளுக்கு நான் ஒரு நேயர், அல்லது சப்ஸ்க்ரைப் செய்து இருப்பவன் தான். என் மீது அக்கறை கொண்டு எனக்காக ஆறுதல் சொல்ல, அவளின் யூடியூப் சேனலில் வீடியோ போட்டு இருக்கிறாள் என்றால் அவளின் அன்பும் அக்கறையும் எத்தனை பெரியது. சிலர் சுயநலமாக இருக்கும் இந்த காலத்தில் மதுரா பிறர் நலம் பற்றி அக்கறை கொள்ளும் நல்லவள் என்ற எண்ணமே மனதை நிறைத்து இருந்தது. அந்த நிறைவில் கண்ணுறங்கி இருந்தான் பாரிவேந்தன்.

அடுத்த நாள் வேலைக்கு செல்ல, அஷோக் அவனை எதிரில் பார்த்து எதுவும் பேசாது சென்று விட்டான். அனைவரும் உடை கூட மாற்றாது அப்படியே அமர்ந்து இருந்தனர். பாரி அவர்களை கேள்வியாக பார்க்க, அவனையும் அழைத்து உடை மாற்ற வேண்டாம் என கூறி விட்டனர்.

" இப்போ எதுக்கு இதெல்லாம்? நான் அமைதியா தானே இருக்கேன். யாரோ என்னை புரியாம, தெரியாம எதோ சொன்னா அது என்னை பாதிக்காது. இன்னிக்கி ஆறு டேபிள் புக்காகி இருக்கு, எழுந்து வாங்க எல்லாரும் பிளீஸ் " பாரி அவர்களின் எண்ணம் புரிந்து கொண்டு சொல்ல,

" என்னடா அவ சொன்னா இவருக்கு எங்க போச்சு அறிவு? நம்ம கூட இன்னும் பதினாலு பொண்ணுங்க வேலை பார்கிறாங்க. இங்க நம்மில் யாராவது ஒருத்தர் அவங்ககிட்ட தப்பா பேசி இருப்போம்? இன்னிக்கி உன்னை சொன்ன மாறி நாளைக்கு எங்களையும் தானே சொல்வாங்க? அதை விடு, பூர்ணா நேத்து என்கிட்ட உன்னை பழி வாங்க தான் புகார் கொடுத்தேன் என்கிட்ட சொன்னா, அதுக்கு சாட்சியும் என்கிட்ட இருக்கு, இப்போ நமக்கு மேனேஜ்மென்ட் பதில் சொல்லணும். மேனேஜர் உன்கிட்ட மன்னிப்பு கேட்கனும்." அஷோக் கோவமாக சொல்ல,

" மேனேஜர் அவரோட வேலையை தான் செய்தார் அஷோக். பிளீஸ் டா இதை

மேனேஜர் கிட்ட நீயே குடு. நம்ம எல்லாரும் பேசுவோம். இப்படி கிச்சன் போகாம உக்காராதீங்க. இன்னிக்கி இங்க வர சிலருக்கு பல சந்தோசங்கள், இனிமையான நினைவுகள் கிடைக்கணும். எதோ ஒரு ஸ்பெஷல் நாள் அவங்களுக்கு அந்த நாளை நம்ம கோவத்தில் அழிக்க வேண்டாம். அவங்க எல்லாம் டின்னர் சாப்பிட ஆசையா வருவாங்க. அவங்களை ஏமாத்த வேண்டாம். இந்த வேலைக்கு அர்ப்பணிப்பு முக்கியம். எல்லாரும் எழுந்து வாங்க "

பாரி சொன்னதை கேட்டு அனைவரும் உடை மாற்றி வர, பத்மநாபன் முகத்தில் புன்னகை. அவரும் இத்தனை நேரம் பேசினார் தான், ஆனால் கோவத்தில் ஒருவரும் நகரவில்லை. பாரியின் கண்ணோட்டத்தில் இருந்து அவர் யோசித்து பேசவில்லை. அவர் மேனேஜர் முன் சென்று இன்று நடந்ததை சொல்ல, அவருக்கு முகம் சுருங்கி போனது. அன்று இரவு அனைவரையும் நிற்க வைத்து பூர்ணாவின் ஒலிப்பதிவை கேட்டு, பாரியிடமும், மற்றவர்களிடமும் மன்னிப்பு கேட்க, அங்கே சூழ்நிலை சரியானது. அவர்கள் ஒரே டீம். சக நபராக அனைவரும் ஒன்றாக உழைத்தால் தான் அனைவருக்கும் பாராட்டு, பெருமை.

பாரி அடுத்த நாள் மதியம் நடந்ததை சொல்ல அன்னம் அவனுக்கு சுற்றி போட உள்ளே செல்ல, இனியா இன்பா இருவரும் வந்து அவனுடன் அமர, பாரி தமிழையும் உடன் அமர வைக்க, அன்னம் கணவரை அழைக்க, அவர் மறுத்து விட, அன்னம் பிள்ளைகள் நால்வருக்கும் திருஷ்டி சுற்ற, ரவி அவர்களின் செல்வங்கள் இதே போல என்றும் ஒற்றுமையாக, மகிழ்ச்சியாக வாழ வேண்டும் என வேண்டுதல் வைத்தார்.

பாரி மதுராவிற்கும் விஷயம் சொல்ல அவளும் மனம் மகிழ்ந்து வாழ்த்து சொன்னாள். கொஞ்சம் தைரியம் வந்து அவளின் முகநூல் கணக்கை அவன் நட்பாக கேட்க, மதுரா தர மறுத்து விட, பாரி அதை பற்றி பிறகு பேசவே இல்லை. எப்போதும் போல காணொளி பார்ப்பான், பின்னோட்டம் இடுவான், சில நேரங்களில் மின்னஞ்சல் அனுப்பி பாராட்டை பதிவு செய்வான். அவளோடு ஒட்டவும் முடியவில்லை, வெட்டி கொள்ளவும் மனம் விடவில்லை. இவை எல்லாம் பைத்தியக்காரத்தனம் என அறிந்து இருந்தும், அவளின் குரல் இவனை ஏனோ கட்டிப்போட்டு இருந்தது. பாரியின் இரு பெரும் கனவு என்னவென்றால், ஒன்று சொந்த ரெஸ்ட்டாரண்ட். இரண்டு, அவனின் மதுரா. முதல் கனவு பழிக்கும் என அவனுக்கே தெரியும். அதற்காக தான் வேலை செய்து கொண்டு இருக்கிறான். ஆனால் மதுரா? அவளிடம் காதலை சொல்லியே ஆகவேண்டும். ஆனால் எப்போது? எப்படி என்பதில் தான் குழப்பம். காதல் என்று சொன்னால் அவளின் பதில் என்-

னவாக இருக்கும்? தன் தாயே தன்னை கண்டு குழம்பி தானே போனார்? இதை ஈர்ப்பு என நண்பர்களும் கூறி இருக்க, பாரியின் உள்ளே தவிப்புகள் தொடர்க-தையாகி போனது.

தங்கைகள் திருமணத்திற்கு அவளை அழைக்க வேண்டும். நட்பை அடுத்த கட்டம் நகர்த்த வேண்டும் அப்போதைக்கு அவனின் எண்ணம் இதுவாக தான் இருந்தது. அவளை இழந்து விட மனதிற்கு துணிவில்லை. பாரி அவனின் எண்ணங்களில் சிக்கி இருக்க, மாறன் அழைத்து இருந்தான். அதுவும் இரவு ஒரு மணிக்கு,

" மாப்பிள்ளை, என்ன இந்நேரம் ஃபோன்? எதுவும் உதவியா? நல்லா இருக்-கீங்களா? வீட்டில் தம்பி அம்மா எல்லாரும் நல்லா இருக்காங்க தானே? " பாரி கேள்விகளை அடுக்க, அந்த பக்கம் மதியன்,

" யோவ் மச்சான், இருயா எங்களையும் பேச விடு. நாங்க எல்லாரும் நல்லா இருக்கோம். அங்க எல்லாரும் நல்லா இருக்கீங்கனு என் டார்லிங் சொல்லிட்டா, எங்களுக்கு தினம் செய்தி வந்துரும். ரெண்டு நாள் முன்னாடி உங்களுக்கு உங்க நட்புகள் செய்த போராட்ட செய்தி கூட தெரியும். நாங்க கூப்பிட்டது ஒரு உதவிக்கு.. அதுவும் உங்களால தான் செய்ய முடியும். " மதியன் பேசி முடிக்க,

" அப்போ அண்ணனும் தம்பியும் என் தங்கச்சிங்களை படிக்க விடுறது இல்ல போல, பார்த்து கொஞ்சம் பேச மிச்சம் வையுங்க. கல்யாணம் ஆனதும் பேச எது-வும் இல்லாம போய்ட போகுது. " பாரி கிண்டல் குரலில் கூற,

" வேலை கூட பார்க்க விடாம மொக்கை போடுறது நாங்க இல்ல உங்க அருமை தங்கச்சிங்க ரெண்டு பேரும் தான். " மாறன் பாரியின் வாய் அடைக்க,

" கால் ரெகார்ட் போட்டு இருக்கேன். இப்படியே என் தங்கச்சிங்க ரெண்டு பேர்கிட்டயும் உங்க ரெண்டு பேரையும் போட்டு கொடுத்துருவேன். அப்புறம் ரொமான்ஸ் சீன், ஆக்சன் சீன் ஆகிடும். பேச யாரும் இங்க அலுத்துக்க வேண்-டாம். " பாரியும் திருப்பி அவன் வாய் அடைக்க,

" அச்சோ தெய்வ மச்சான் இப்படி சொல்லலாமா? மலர்ந்த காதலை வாட வைக்-கலாமா? நீங்க இந்த விஷயத்தை விடுங்க. எங்களுக்கு உதவி பண்ணுங்க. பிளீஸ் " மதியன் விஷயத்துக்கு வர பாரி சிரித்து இருந்தான்.

" சும்மா கிண்டல் பண்ணேன். ஒருத்தருக்கு ஒருத்தர் நேரம் கிடைக்கும் போது எல்லாம் பேசுங்க. புரிதல் தான் ரொம்ப முக்கியம். பேசினா தான் அது கிடைக்-கும். அதே நேரம் அவங்க படிப்பும், உங்க வேலையும் கூடவே முக்கியம். என்ன மாப்பிள்ளை உதவி சொல்லுங்க. சிறப்பா செய்வோம். " பாரி விளையாட்டை விட்டு பேச,

மாறன் விவரம் சொல்ல, பாரி முடியவே முடியாது என மறுத்து இருந்தான்.

6

தேடல் - 6

" இல்ல மாறன் அப்பாக்கு சுத்தமா இதெல்லாம் பிடிக்காது. என்னால இதுக்கு உதவி பண்ண முடியாது. ஒன்பது மாசம் கடந்து போய்டுச்சு இன்னும் ஒரு ஆறு மாசம் தானே? அடுத்த வருஷம் உங்க இஷ்டம் போல இனியா, இன்பா பிறந்த நாளை கொண்டாடுங்க. இப்போ வேண்டாமே? " பாரி தெளிவாக மறுத்து விட,

" அதில்ல நாங்க இப்படி கேக் கட்டிங், பர்த்டே பார்ட்டி எல்லாம் கேட்கிறதே வேற ஒரு விஷயம் பேச தான். அவங்க ரெண்டு பேருமே இதெல்லாம் வேண்டாம் சொல்லிட்டாங்க தான். எங்களுக்கு அங்க வர ஒரு காரணம் வேணுமே.. " மதி தயங்கி தயங்கி பேச,

" எதாவது பிரச்சனையா? பிளீஸ் சொல்லுங்க. இதை தானே முதலில் சொல்லி இருக்கணும்? பாரி கொஞ்சம் கவலையாக கேட்க,

" அது மாறனுக்கு ஆன் சைட் வரும் போல இருக்கு, இது நல்ல வாய்ப்பு அவனுக்கு, மேனேஜர் ஒரு வாரத்தில் சொல்ல சொல்லி இருக்காரு, அம்மாகிட்ட கூட இன்னும் சொல்லல, இன்பா, இனியா ரெண்டு பேருக்கும் தெரியாது. வந்தா மாமா கூட இதை பத்தி பேசலாம் தான் மச்சான் கேட்டோம்." மதி விஷயத்தை சொல்லிவிட்டு அமைதியாகி விட,

" போய்ட்டு வர எவ்ளோ நாளாகும்? பாரி பொறுமையாக கேட்க,

" ஒரு வருஷம் சொல்றாங்க, ஆனா எப்படியும் ரெண்டு வருஷமாகிடும். அது வரை கல்யாணத்தை தள்ளி போடணும் இல்ல. நான் ஆன் சைட் போறது-குள்ள கல்யாணத்தை முடிக்கணும். நான் அங்க போய் வேலையில் சேர்ந்துரு-வேன். இனியா அதுக்குள்ள பரிட்சை எழுதிடுவா, விசாவும் கிடைச்சிரும். நான் வரலைனாலும் மதி கொண்டு வந்து விட்டுருவான். " மாறன் விவரம் சொல்ல,

" எனக்கு புரியுது. ஆனா இதை வீட்டில் பேசணும். நீங்க இதை முதலில் பார்வதி அத்தைகிட்ட சொல்லுங்க. நான் ஜோதி அக்காகிட்ட பேசிட்டு, அப்பாகிட்ட விவ-ரம் சொல்றேன். சீக்கிரம் கல்யாணம் பண்றது தான் நல்ல முடிவு. தங்கசிங்க படிப்பு முக்கியம் இல்லையா? அதையும் பார்க்கணும். பேசலாம் மாறன். தீர்வே இல்-லன்னா தானே பிரச்சனை? அதான் கையில் தீர்வு இருக்கே? அப்போ சீக்கிரமே டும் டும் தான். " பாரி இறுக்கம் குறைக்க முயல,

இருவரும் அந்த பக்கம் அமைதியாக இருக்க,

" என்ன ஃபீலிங்கா? எங்களுக்கு தான்யா ஃபீலிங் இருக்கணும்? உங்களுக்கு என்ன தங்கத்தை கடத்திட்டு தானே போக போறீங்க? நான் தான் ரெண்டு பேரை-யும் மிஸ் பண்ண போறேன். மாறா யோசிச்சு சொல்லு ஆன் சைட் போய்ட்டு அங்க இருந்து இனியா அடிக்கறான்னு அழ கூடாது சரியா? பார்க்க தான் அவ ஊமை, அடிக்கறத்தில் ப்ரூஸ் லீ " பாரி சீரியஸாக காமெடி செய்ய, மதி சிரித்து இருந்தான்.

" மாறனும் சாதாரண ஆள் இல்ல. அமைதியாவே இருக்கான் தப்பு கணக்கு போடாதீங்க அவனும் கோவம் வந்தா எதிரில் இருக்கிற எல்லாரையும் பார்வையி-லேயே மிரட்டி விடுவான். " மதி சொல்லி சிரிக்க,

" பார்ப்போம் யாரு அழுதுட்டு கால் பண்ண போறாங்கன்னு " பாரி கிண்டலாக சொல்ல, இறுக்கம் தளர்ந்து இருந்தது.

பின் வெகு நேரமானதை பார்த்து தூங்க சொல்லி பாரி சொல்லவும் இருவரும் உறங்கி இருந்தனர். பாரி யோசனையாக அமர்ந்து இருந்தவன், அப்படியே தூங்கி இருந்தான். மதியம் அப்பா, அண்ணா, அம்மா, என மூவரும் உணவு உண்ண அமர பாரி குளித்து வந்து அவனும் உண்ண அமர்ந்தான். அவனுக்கு அவனே

பரிமாறி கொண்டு உண்ண, அன்னம் அவனுக்கு அப்பளம் வைக்க, அமைதியாக நால்வரும் உண்டு வந்து ஹாலில் அமர்ந்தனர்.

" அப்பா உங்ககிட்ட ஒரு விஷயம் சொல்லணும். நேத்து.. " பாரி ஒரு நொடி அப்பாவின் கண்ணை பார்க்க, பாரியின் கண்ணில் தவிப்பை கண்டவர் அவனை கவனிக்க,

" நேத்து ராத்திரி ஒரு மணிக்கு மதியும், மாறனும் கால் பண்ணாங்க. மாறனுக்கு ஆன் சைட் ஆஃபர் வந்து இருக்காம். ஆறு மாசத்தில் வந்து ஜாயின் பண்ண சொல்லி இருக்காங்க " பாரி சொல்ல சொல்ல தமிழ், அன்னம், ரவி என கலவரமாக அவனை பார்க்க, நேற்று இரவு பேசிய விவரம் எல்லாம் சொன்னான்.

" அவங்க யாருக்கு இதை சொல்றதுன்னு தெரியாம என்கிட்ட சொன்னாங்க. பார்வதி அத்தைகிட்டயே இன்னிக்கி காலையில் தான் சொல்லி இருக்காங்க. ஜோதி அக்கா வரேன் சொல்லி இருக்காங்க. " பாரி அனைத்தும் சொல்லி முடிக்க,

" சீக்கிரம் கல்யாணம் வைக்கிறது தான் சரி. தள்ளி போட வேண்டாம். அவளுங்க வேலைக்கு போறேன். படிப்புன்னு சொல்லிட்டு இருக்காதீங்க. " அன்னம் ரவியிடம் கறாராக சொல்ல,

" அம்மா சொல்றது சரி தானோபா? ரெண்டு வருஷம் தள்ளி போட்டா அது சரி வராது. வேலைக்கு ரெண்டு பேரும் கல்யாணம் பண்ணதும் போகட்டும். " தமிழ் கூற,

" உன் முடிவு என்ன பாரி? ரவி அவனிடம் கேட்க,

" எனக்கும் கல்யாணம் பண்ணிடறது தான் சரின்னு தோணுது. வர வாரம் இன்பா, இனியா நிச்சயம் ஓலை எழுதிடுவோம். கல்யாண தேதி சீக்கிரம் வைக்கிறது மாறனுக்கு நல்லது. நம்மால அவரோட வேலை, அதில் அவருக்கு வர உயரம் இப்படி எதையும் இழந்ததா இருக்க கூடாது அப்பா. வேலையை பிரிச்சு செய்தா ஆறு மாசத்தில் எல்லா வேலையும் சரியா நடக்கும். என்ன வாலுங்க சத்தம் இன்னும் கொஞ்சம் நாள் வீட்டில் இருக்கும்ன்னு நினைச்சேன். இப்போ அதுக்கு வாய்ப்பு இல்ல. பொம்பள பிள்ளையா இல்லாம போய் இருந்தா, தமிழ் அண்ணா மாறி கூடவே இருந்து இருப்பாங்க இல்ல? " பாரி கேள்விக்கு பதிலையும் சொல்லி ஏக்கத்தையும் கொட்டி இருந்தான்.

" நான் ஜோதி வந்ததும் பேசிட்டு, சம்பந்தி கூட பேசறேன். நல்ல காரியம் தள்ளி போட வேண்டாம். அன்னம் பிள்ளைகளை திட்டாம வேலை வாங்கு, பத்திரமா பார்த்துக்கோ. " ரவி சொல்லவும் அன்னம் மௌனமாக தலை அசைக்க, தமிழ், பாரி என மூவர் முகத்திலும் சிரிப்பு இல்லை.

" அட, பொண்ணுகளை கட்டி கொடுத்து தானே ஆகனும்? எங்க போக போறாங்க இங்க இருக்கிற பெங்களூர் தானே? இப்போ எதுக்கு முகத்தை மூணு பேரும் இப்படி வெச்சு இருக்கீங்க? நீங்க இப்படி இருந்தா அவங்க ரெண்டு பேரும் உங்க முகத்தை பார்த்தே விஷயத்தை தெரிஞ்சுட்டு மாப்பிள்ளைங்க கூட சண்டை போட போறாங்க. நானே இதை எப்படி ரெண்டு பேருக்கும் சொல்றதுன்னு யோசிச்சுட்டு இருக்கேன். " ரவி சொல்லி விட்டு ஜோதியின் முடிவையும் கேட்டு, பார்வதி அம்மாளுக்கு அழைத்து விவரம் கேட்க, அவரும் விவரம் சொல்லி உடன் மன்னிப்பும் கேட்க, ரவி சமாதானம் சொல்லி, அவர்களின் முடிவை சொல்ல, பார்வதியும் அதற்கு சம்மதம் சொல்ல, அடுத்த வாரத்தில் நிச்சயம் என உறுதி செய்ய, நிச்சய வேலைகள் ஆரம்பமாகி இருந்தது. முரளியும், ஜோதியும் வர வேலைகளை லிஸ்ட் போட்டு இருந்தனர். இனியாவும் இன்பாவும் விவரம் அறிய, அதற்குள் ரவி வரவும் விஷயத்தை எடுத்து சொல்ல, இருவரும் சம்மதம் என சொல்லி இருந்தனர். ஆனால் இருவரின் முகத்திலும் சோகம், கண்ணீர் கோர்த்து கொள்ள, ஜோதி அவர்களை அறைக்கு அழைத்து சென்று விஷயத்தை எடுத்து சொல்ல, இருவரும் அழைத்தது அவர்களின் மணாளன் இருவரையும் தான். மணாளன் இருவரும் மங்கையரை சமாதானம் செய்து இருக்க, இருவரின் முகத்திலும் தெளிவு. அடுத்த நாள் விடுமுறை வேண்டும் என அவர்களின் ஆசிரியருக்கு அழைத்து சொல்ல, அன்னமும் விவரம் சொல்ல, நிச்சய வேலையில் தங்களையும் இணைத்து கொண்டனர். பாரி பத்மநாபனிடமும், மேனேஜரிடம் விவரம் சொல்லி விடுமுறை கேட்க, அவர்களும் விவரம் அறிந்து விடுமுறை கொடுக்க, பாரி தங்கைகளின் நிச்சய வேலைகளை ஆரம்பித்து இருந்தான்.

நெருங்கிய சொந்தம், பாரி மற்றும் தமிழ் இருவரின் நண்பர்கள், தொழில் முறை நெருக்கமான நண்பர்கள், இன்பா - இனியா இருவரின் கல்லூரி நட்புகள் மற்றும் ஆசிரியர்கள், மாப்பிள்ளை வீட்டில் அவர்களின் சொந்தம், நண்பர்கள் என அழைத்து இருக்க, நிச்சய வேலைகள் வேகமாக நடை பெற்றது.

அன்று இனியாவும், இன்பாவும் தயாராகி வந்து தாய், தந்தை இருவரிடமும், வீட்டில் உள்ள பெரியவர்கள் அனைவரிடமும் ஆசி பெற்று கொண்டு மண்டபம்

கிளம்ப, மாப்பிள்ளை வீட்டாரும் வந்து இருந்தனர். பின் இரு ஜோடிகளும் அமர, முதலில் நலங்கில் ஆரம்பித்தது விழா. சந்தனம் பூசி பொட்டு வைத்து சீர் செய்து நிச்சய உடை தர ஜோடிகள் மாற்றி வரவும் நிச்சய பத்திரிகை வாசித்தனர். அதில் இன்னும் ஐந்து மாதத்தில் திருமணம் என முடிவு செய்து இருந்தனர். பின் இளமாறனும் - இனியாவும், இளமதியனும் - இன்பாவும் என இரு ஜோடிகளும் மோதிரம் மாற்றி கொள்ள, பெரியவர்கள் ஆசி வழங்க என விழா இனிதாக நடைபெற அங்கே பாரியின் நண்பன் வெற்றிவேல் கையில் கேக் உடன் வந்தான்.

இன்று இனியாவுக்கும் - இன்பாவுக்கும் பிறந்த நாள், அவர்கள் வீட்டில் கேக் வெட்டி, ஒளியை அணைத்து என பிறந்தநாளை கொண்டாடியது இல்லை. ரவிச்சந்திரனுக்கு அது கொஞ்சமும் பிடிக்காது. சக்கரை பொங்கல் செய்து படைத்து வீட்டில் கடவுளை வழிபட்டு, பெரியவர்களிடம் ஆசி பெற்று, நண்பர்களுக்கு பால் பாயசம் பகிர்ந்து, மாலை புத்தாடை போட்டு கொண்டு கோவில் சென்று வருவதோடு அவர்கள் வீட்டில் பிறந்த நாள் கொண்டாட்டம் முடிந்து விடும். இதுவரை ஒரு நாளும் நான்கு பிள்ளைகளும் கேக் வெட்ட வேண்டும் என கேட்டதும் இல்லை. அவருக்கு தெரியாது இவர்கள் கொண்டாடியதும் இல்லை.

ஆனால் பாரி இன்று கேக் வெட்ட அப்பா, அம்மா, அண்ணன் என அனைவரிடமும் அனுமதி பெற்று இருந்தான். தங்கைகள் இருவரும் அடுத்த வருட பிறந்த நாளுக்கு அவர்களோடு இருப்பது அரிது தான். இன்பா இருந்தாலும் இனியா மாறனோடு வெளிநாடு சென்று இருப்பாள் என பாரி காரணம் சொல்லி, உடன் மதி - மாறன் இருவரின் விருப்பமும் சொல்ல, இன்ப அதிர்ச்சியாக அவர்கள் முன் பெரிய கேக் வரவும் பெண்கள் இருவருக்கும் மகிழ்ச்சி. மாறனும் - மதியும் கை கொடுக்க ஜோடியாக கேக் வெட்டி இருந்தனர்.

மண்டபத்தில் உள்ள அனைவரும் பிறந்த நாள் வாழ்த்து பாட மறக்க முடியாத பிறந்த நாளாக மாற்றி கொடுத்து இருந்தான் பாரி. மாறனுக்கும் - மதியனுக்கும் பாரியை இன்னுமும் பிடித்து போய் இருந்தது. அடுத்து தமிழ்செல்வன் பந்தி பார்க்க ராஜ விருந்து என சொல்லும் அளவுக்கு அருமையான உணவும் உடன் விதை பந்தும் கொடுத்து இருந்தனர். நிச்சயம் இனிதே முடிய, மாறன், மதி, தமிழ், பாரி என நால்வரும் அவர்களின் நண்பர்களோடு பேசி சிரித்து கொண்டு இருக்க, தமிழுக்கான திருமண பேச்சு ஒரு பக்கம் நடந்து கொண்டு இருந்தது. பல் தெரிய சிரிக்கும் தமிழ் செல்வனை நெஞ்சில் பதித்து கொண்டாள் தேவதர்ஷினி.

7

தேடல் - 7

தேவாவிற்கு தமிழை மிக பிடித்து இருக்க, அவளின் முகத்தில் இருந்த புன்னகை பார்த்தே அவளின் பெற்றோர் ரவி - அன்னம் இருவரையும் அழைத்து பேசி இருந்தனர். அன்னத்திற்கும் பெண்ணை பிடித்து இருக்க, முறைப்படி பெண் பார்க்க வருகிறோம் என சொல்லிவிட்டனர். அதற்கு அடுத்து வந்த நாட்கள் எல்லாம் திருமண வேலைகள் என்று நகர்ந்தது வேலைக்கு இடையில் பாரி தூங்காது கல்யாண வேலைகளை செய்தான். தமிழ் அவனுக்கு அதிக வேலைகளை கொடுக்காது அவனே பெரும் பொறுப்புகளை எல்லாம் செய்திருக்க, பேனர், பத்திரிகை, போட்டோ, வீடியோ, மேடை அலங்காரம் என பாரி பார்த்து கொண்டான். இதன் நடுவில் பெண்களுக்கு ஆடை எடுக்க சென்று இருந்தனர். பார்வதி புடவைகள் அதிகம் வேண்டாம் என சொல்லி இருக்க, இனியாவும் இன்பாவும் விருப்பம் போல வெஸ்டர்ன் உடைகள் எடுத்து கொண்டனர். மாறன் ஜம்ப்சூட், ஜீன் - டாப் என எடுக்க சொல்லி இனியாவிடம் கூறி இருந்தான். ஜோதி உதவ திருமணத்திற்கு பின் அணிய ஆடைகள் வாங்கி இருந்தனர்.

அன்று பாரியை இன்பா கத்தும் சத்தம் எழுப்பி விட்டு இருக்க, அவன் எழுந்து வர அன்னமும் அவளும் சண்டை பிடித்து கொண்டு இருந்தனர்.

" இன்பா எதுக்கு இப்படி சத்தம் போட்டு இருக்க? என்னாச்சு ? பாரி கேட்கவும் இனியா அவனிடம்,

" பாரி அண்ணா உனக்கு தெரியுமா? தமிழ் அண்ணாக்கு இன்னிக்கி பொண்ணு

பார்க்க போறாங்க, நாங்களும் வரோம் சொன்னா வேண்டாம்னு சொல்றாங்க, எங்களுக்கு பார்க்க ஆசை இருக்காதா? உன்னையும் தான் கூப்பிட்டு போக போறது இல்ல தெரியுமா? " இனியா சொல்லிவிட்டு அன்னத்தை பார்க்க,

" பாரி, உங்க அப்பா வழியில் அவங்க நமக்கு ஒரு வகையில் தூரத்து சொந்தம் கூட தொழில் முறையில் நட்பும். பொண்ணு ரொம்ப அழகா இருந்தா, இவங்க நிச்சயத்துக்கு வந்த அப்போ தமிழை பார்த்து பிடிச்சு போய் கேட்டாங்க, எங்களுக்கும் பொண்ணை பிடிச்சு இருக்கு, தமிழ் பார்க்கணும், நீயும் நாலு மணிக்கு கிளம்பிடு " அன்னம் சொல்ல அத்தனையும் கேட்டு நின்று இருந்தவன்,

" இன்பா போய் உங்க நிச்சய ஆல்பம் கொண்டு வாங்க, அதில் நமக்கு வர போற அண்ணி இருப்பாங்க, நம்ம இப்பவே அண்ணியை பார்த்திடுவோம் ஓகே வா? நான் பல் விலக்கிட்டு வரேன்." பாரி சொல்லிவிட்டு செல்ல,

தமிழ் அறையில் கிளம்பி கொண்டு இருக்க பாரியின் அண்ணி என்ற விழிப்பை கேட்டு சிரித்து இருந்தான். இன்னும் அவளை காணவே இல்லை அதற்குள் அண்ணி என்ற பட்டம் வாங்கி கொண்டாள். இன்பா எடுத்து வர பாரி வராண்டாவில் ஆல்பம் வைத்து திறக்க, இனியாவும் இன்பாவும் அவன் இரு பக்கமும் அமர, அன்னம் அவனுக்கு காபி கொண்டு வந்து கொடுத்து விட்டு அவரே ஆல்பத்தின் பக்கங்கள் திருப்பி தேவதர்ஷினியை அடையாளம் காட்ட மூவரும் பார்த்து ஓகே என்று சொல்ல,

" தமிழ் அண்ணா பெரிய அண்ணி சூப்பர். போனதும் ஓகே சொல்லிடுங்க எங்களுக்கு ரொம்ப பிடிச்சு இருக்கு " இன்பா கடைக்கு செல்ல கிளம்பி வந்த தமிழை பார்த்து சொல்ல,

" ரெண்டு பேரும் மாறனும் மதிக்கும் இதை சொல்லுங்க போட்டோ எடுத்து அவங்க அக்காவை காட்டுங்க " பாரி இருவரிடமும் சொல்ல இருவரும் மொபைலில் தேவாவை படம் எடுத்து கொண்டு அந்த காலி செய்து இருந்தனர்.

அன்னம் பாரியின் முகம் பார்த்து எழுந்து செல்ல, பாரி அவனின் அலைபேசியில் தேவாவை புகைப்படம் எடுத்து கொண்டு ஆல்பத்தை தமிழின் கையில் கொடுக்க, அண்ணனின் கண் பார்க்காது இடத்தை காலி செய்து இருந்தான். தமிழ்செல்வன் மெல்ல அவள் உருவத்தில் பார்வை பதிக்க, ஓர் பார்வையில் அவன் இதயம் திருடி விட்டாள். தன்னை பிடித்து இருக்கிறது என சொன்ன அவளிடமும்,

தேவாவை பிடித்து இருக்கிறது என வீட்டில் அனைவரின் சம்மதமும் கிடைத்து இருக்க, தமிழ் செல்வனின் மனமும் அவளுக்கு சம்மதம் சொல்லி இருந்தது.

" பொண்ணை பிடிச்சு இருக்கா தமிழ்? " அன்னம் பின் இருந்து அவனிடம் கேட்க, தமிழ் ஆல்பத்தை சட்டென மூடி இருந்தான். அன்னம் அவன் முகம் பார்த்திருக்க, அவன் தலை மெல்ல அசைய, மெலிதான குரலில் சம்மதம் என கூறி இருந்தான். அன்னத்தின் முகத்தில் மகிழ்ச்சி. தமிழ் எப்போதும் உணர்வுகளை வெளியில் காட்டாதவன், தம்பி - தங்கைகள் இருவர் என மூவருக்கும் எப்போதும் முன் உதாரணமாக இருப்பவன். அவன் விருப்பம் எப்போதும் அவனின் குடும்பத்தோடு சேர்ந்தது. அவனே பார்த்து பெண்ணை முழு மனதாக பிடித்து இருக்கிறது என்று கூறினால் தான் திருமணம் அவனின் தனிப்பட்ட விருப்பமாக இது அமைய வேண்டும் என ரவி சொல்லி இருக்க, இன்று தமிழ் முகத்தில் இருந்த புன்னகையும், தெளிவும் அன்னத்திற்கு மகிழ்வை தந்து இருந்தது. மாலை அனைவரும் கிளம்பி பெண் பார்க்க சென்று இருந்தனர்.

வீட்டின் வெளி தோற்றமே அவர்களின் செல்வ செழிப்பை சொல்ல, வீட்டின் உள்ளே சென்றனர். பாரிக்கு பதட்டம் எதுவும் இல்லை. அவன் இயல்பாக இருந்தான். தமிழ் தான் உள் மனதில் இருக்கும் ஆவலையும், பதட்டத்தையும் மறைத்து அமைதியாக இருக்க முயன்று இருந்தான். உடன் ஜோதியும் முரளியும் வந்திருக்க, அனைவரையும் வரவேற்று அமர சொல்லி முதலில் குடிக்க தண்ணீர் கொடுத்தனர்.

பின் அறிமுகங்கள் முடிய, தேவா காஃபி கொண்டு வந்தாள், பின் இனிப்பு, காரம் எடுத்து கொண்டு இன்னொரு பெண் வர அவளை தேவாவின் தங்கை என அறிமுகம் செய்தனர். அவளின் பெயர் நித்திஷா. அனைவரையும் பார்த்து வணக்கம் வைத்தவள் அறைக்குள் சென்று விட்டாள். முரளி தமிழ் காதில் எதோ சொல்ல, தமிழ் ரவியை பார்க்க,

" என்ன தமிழ் யோசனை பொண்ணோட பேசிட்டு வா, உங்க ரெண்டு பேருக்கும் பிடிச்சு இருந்தா தான் மேற்கொண்டு பேசணும். அன்னம் சொல்ல, தமிழ் எழுந்து சென்றான்.

தமிழ் எழுந்து போகவும் பாரியின் அலைபேசி சிணுங்க அவனும் ஃபோன் பேச வாசலுக்கு சென்றான். பாரி குரல் கேட்டு நித்திஷா ஜன்னல் பக்கம் வந்தவள் அவனை பார்த்து ரசித்து கொண்டு இருந்தாள். பாரி பேசிக்கொண்டே திரும்ப,

அவளை ஜன்னல் அருகில் கண்டு சிரிக்க, அவளும் சிரித்தாள்.

" நான் பாரி, நல்லா இருக்கீங்களா? " பாரி கேட்க,

" நல்லா இருக்கேன். நீங்க? " நித்தியும் கேட்க,

" நல்லா இருக்கேன். ஒரு உதவி தேவா அண்ணி மொபைல் நம்பர் அப்புறம் ஒரு ஃபோட்டோ அனுப்பி விட முடியுமா? " பாரி அவளிடம் கேட்க,

" அது சரி என் அக்காக்கு முதலில் பிடிக்கட்டும் அப்புறம் பார்ப்போம். " நித்தி பதில் தர,

" அதெல்லாம் ரெண்டு பேருக்கும் சம்மதம் தான். நீங்க நம்பி அனுப்புங்க. " பாரி அவளின் பதிலுக்கு பதில் தர, அதற்குள் தமிழ் சம்மதம் சொல்ல, தேவாவும் அந்த ஜன்னல் பக்கம் வந்து இருந்தாள்.

" அண்ணி உங்களுக்கு ஓகே தானே? உங்க நம்பரும், ஒரு போட்டோவும் அனுப்புங்க பிளீஸ். தங்கச்சிங்க ரெண்டு பேரும் உங்களை பார்க்க, உங்களோட பேச ஆர்வமா இருக்காங்க. அதான்.. " பாரி பட்டென கேட்டு விட, பாரியின் அண்ணி என்ற விழிப்பில் தேவா புன்னகையோடு,

" தரேன் பாரி. உங்க அண்ணா நம்பர் பதிலுக்கு தரணும். " தேவா அவனிடம் டீல் பேச, எண்கள் மாற்றி கொண்டு, அவளின் புகைப்படம் அனுப்பி வைத்தாள்.

" தாங்க்ஸ் அண்ணி, அண்ணாவை பேச சொல்றேன். உள்ள தேடுவாங்க நம்ம அப்புறம் பேசலாம்.." பாரி புன்னகையுடன் உள்ளே போக, ஜோதி அவனை சந்தேகமாக பார்த்து வைக்க, இரு வீட்டிலும் சம்மதம் சொல்லி, இனியா - இன்பா திருமணம் முடிந்த அடுத்த முகூர்த்தத்தில் இவர்களின் திருமணம் என முடிவு செய்து இருந்தனர்.

பின் வீட்டுக்கு வந்து அன்னம் அவர்களின் சொந்ததிற்கு சொல்ல, தமிழ் உடை மாற்றி கடைக்கு கிளம்பி இருந்தான். பாரி பெண் பார்த்து விட்டு அப்படியே வேலைக்கு சென்று இருந்தான். இரவு பத்து மணிக்கு தமிழுக்கு அழைத்தான்.

" சொல்லு பாரி, என்ன பண்ற? சாப்ட்டியா? " தமிழ் கேட்க,

" சாப்பிட்டேன். நீங்க எங்க இருக்கீங்க? அப்பா கிளம்பிடாரா? " பாரி வினாவ,

" அவர் ஒன்பது மணிக்கே கிளம்பட்டார். நானும் கிளம்ப போறேன். லோட் செக் பண்ணிட்டு இருக்கோம். முடிஞ்சதும் வீட்டுக்கு தான். சரி நீ எதுக்கு கூப்பிட்ட அதை சொல்லு " தமிழ் விஷயத்துக்கு வர,

"அண்ணிக்கு உங்களோட பேசனுமாம், உங்க ஃபோட்டோ வேணுமாம். உங்க ஃபோட்டோ, நம்பர் எல்லாம் நான் அனுப்பிட்டேன். அவங்களே உங்களுக்கு ஃபோன் பண்றேன் சொன்னாங்க, அதான் அப்பா இருக்காரா, இல்லையான்னு கேட்டு சொல்றேன் சொல்லி இருக்கேன். உங்க வாட்ஸ்அப் பாருங்க அண்ணா, அண்ணி ஃபோட்டோ, நம்பர் எல்லாம் வந்து இருக்கும். விஷயம் அவ்ளோ தான் என்ஜாய். " பாரி சொல்லிவிட்டு சிரிப்புடன் அழைப்பை வைக்க, தமிழ் செல்வன் நெஞ்சு மத்தளம் போல அடித்து கொண்டது.

மெல்ல புலனம் திறக்க, பாரியின் செய்தி வந்து இருக்க, அதை ஆவலோடு திறக்க, தேவதர்ஷினி பச்சையும் நீலமும் கலந்த நிறத்தில் புடவை கட்டி நின்று இருந்தால். புன்னகையோடு விரல் வைத்து அவள் முகத்தை ஜூம் செய்து பார்த்து கொண்டான். அவள் எண்ணை தேவா என பதிந்து கொண்டவன், அவளின் எண்ணை புலனத்தில் எடுத்து ஹாய் சொல்ல,

" ஹாய் "

" பேசணும் சொல்லி இருந்தீங்களா? நான் கால் பண்ணட்டுமா? இந்நேரத்தில் எதுவும் பிரச்சனை இல்லையே? "

" பண்ணுங்க நான் ரூமில் தான் இருக்கேன். "

தமிழ் அழைக்க, தேவா முகம் எல்லாம் புன்னகையோடு அழைப்பை எடுத்தாள். சில விசாரிப்புக்கு பிறகு,

" என்ன பேசணும்? எதாவது விஷயமா தேவா? " தமிழ் அவளின் பெயரை முதல் முறை உச்சரிக்க, அதுவும் சுருக்கி செல்லமாக அழைத்திருக்க, அவள் கன்னம் சிவந்தது. அவளின் மௌனமே பதிலாக இருக்க,

" தேவா " என மீண்டும் தமிழ் அழைக்க,

" நான் பேசணும் சொன்னேன் யார் சொன்னாங்க? நீங்க தான் என்கிட்ட ஏதோ பேச காரணம் சொல்றீங்க. "

" இல்ல தேவா.. பாரி சொன்னான்.. நீ அவன்கிட்ட என் நம்பர் கேட்டேன் சொல்லி.. ஏதோ பேசணும் சொன்னியாம்.."

" இல்ல. அவர் சாய்ந்தரம் வந்து இருந்த அப்போ என் ஃபோட்டோ, நம்பர் இல்ல வாங்கினார். நானும் உங்க நம்பர் வாங்கினேன். எட்டு மணிக்கு இன்பாவும் இனியாவும் பேசினாங்க. அவ்ளோ தான். உங்ககிட்ட பேசணும் நான் அவர்கிட்ட சொல்லல.. ஆ..ஆனா.. நீங்க கால் இல்ல மெசேஜ் எதாவது பண்ணுவீங்கன்னு எதிர்பார்த்து காத்து இருந்தேன். "

தமிழுக்கு பாரியின் வேலை புரிந்து போனது. அவளிடம் எண்ணை தனக்கு என தான் வாங்கி இருக்கிறான் எனவும், இப்போது அழைத்து அவள் பேச வேண்டும் என கூறியதாக சொன்னதும் தன்னை பேச வைக்க தான் எல்லாம் புரிய அவனை நினைத்து சிரித்துக் கொண்டான்.

" இல்ல மா.. பாரி இப்போ தான் உன் நம்பர் அனுப்பினான் கூடவே நீ என்கிட்ட ஏதோ பேசணும் சொன்னேன் என்கிட்ட சொன்னான். என்ன விஷயமோ தான் இந்நேரம் கால் பண்ணேன். "

" ஓ அப்போ இதெல்லாம் பாரி வேலை தானா.. உங்களை என்னோட பேச வைக்க எவ்ளோ வேலை செய்து இருக்கார்? அவர் சொல்லலாம விட்டு இருந்தா பேசி இருக்க மாட்டீங்க தானே? "

" பேசி இருப்பேன். இன்னும் கொஞ்சம் நாளாகி இருக்கும். இன்னிக்கி பேசி இருக்க மாட்டேன் அவ்ளோ தான். சரி நீ சாப்பிட்டியா தேவா? "

" நான் சாப்பிட்டேன். நீங்க? "

" எனக்கு இங்க லோட் இறங்குறதை கணக்கு எடுக்குற வேலை வீட்டுக்கு போய் தான் சாப்பிடணும். "

" அப்ப நீங்க சோர்வா இருப்பீங்க இல்ல? சீக்கிரம் வீட்டுக்கு போய் சாப்பிடுங்க. நம்ம நாளைக்கு காலையில பேசலாம். பத்திரமா வீட்டுக்கு போய்ட்டு மெசேஜ் மட்டும் பண்ணுங்க. உங்க மெசேஜ் பார்த்திட்டு தான் நான் தூங்குவேன்." தேவா சொல்லவும் தமிழ் சரியென அழைப்பை முடித்தான். அவனின் வேலைகள் முடித்து இல்லம் வந்து அவளுக்கு தகவல் சொல்ல, அவளும் இரவு வணக்கம் சொல்ல, இருவரும் தூங்கி இருந்தனர்.

காலை எழுந்ததும் அவளின் குட் மார்னிங்கில் ஆரம்பித்து மதியம் வரை வேலை-யோடு அவளிடமும் பேசிக்கொண்டே அலைபேசி உடன் திரித்தான். ரவி மகனின் இந்த தீடீர் மாற்றம் பார்த்து மனதின் உள்ளே சிரித்து கொண்டார். அவனுக்கு என முடிவாகி விட்ட அவளோடு தானே பேசுகிறான் என அவரும் அவனுக்கு அதிக வேலைகளை சொல்லாது இருக்க, தமிழ் தந்தை சொல்லாது விட்டாலும் அவனின் வேலைகளை சரியாக செய்து இருந்தான். தமிழ் மதியம் உணவு உண்ண வர, தூங்கி எழுந்து வந்தவன் தமிழை பார்த்து சிரிக்க, கல்லூரி விடுமுறையில் இருக்-கும் தங்கைகளும் பாரி அருகில் வந்து அமர, தமிழை கிண்டல் செய்ய மூவரும் தயாராக அங்கே சிரிப்போடு கச்சேரி கலை கட்டியது.

8

தேடல் - 8

" இனியா, இன்பா ரெண்டு பேரும் இங்க வாங்களே, ஒரு விஷயம் சொல்றேன். " பாரி சிரிப்புடன் தங்கைகளை அழைக்க, இருவரும் அவன் அருகில் வந்து அமர்ந்தனர்.

" என்ன அண்ணா விஷயம்? " இன்பா கேட்க, இனியா தமிழை பார்த்து சிரித்-தாள். தமிழ் அந்த பேச்சுக்கு சம்பந்தம் இல்லாதவன் போல, காதை மட்டும் அங்கே வைத்து கொண்டு கண்களை அலைபேசியில் வைத்து இருந்தான்.

" அட அதுவா? நேத்து நான் நீங்க எல்லாரும் பேச அண்ணிக்கிட்ட இருந்து ஃபோன் நம்பரும், நீங்க பார்க்க அவங்க ஃபோட்டோவும் வாங்கிட்டு வந்தேன் இல்ல? நீங்களும் பார்த்து, பேசினீங்க தானே? "

" ஆமா அண்ணா. அண்ணி சோ ஸ்வீட், தமிழ் அண்ணா மாறி அமைதியா இல்லாம நல்லா பேசினாங்க. எங்க எல்லாருக்கும் ரொம்ப பிடிச்சு இருக்கு அண்-ணியை, சரி இதுல என்ன விஷயம் இருக்கு அதை சொல்லு பாரிண்ணா " இன்பா அவனோடு சேர்ந்து கிண்டலுக்கு சுவாரசியம் சேர்க்க, இன்பா முகத்தில் சிரிப்பு.

" விஷயத்தை சொல்லாம எதேதோ சொல்றேன் பாரேன். நான் வேலையில் இருந்தேனா? எனக்கு சாப்பிட ப்ரேக், சரி நம்ம மச்சாங்க குரூப் உள்ள என்ன

பேசி இருக்காங்கன்னு பார்க்க ஃபோன் எடுத்தேன். பார்த்தா அண்ணிகிட்ட இருந்து மெசேஜ், அதுவும் நம்ம தமிழ் அண்ணா கூட பேசணும் சொல்லி, எனக்கு பார்த்ததும் செம்ம ஷாக். நான் நம்பர் வாங்கும் போதே அவங்களும் அண்ணா நம்பர் வாங்கிட்டு தான் அவங்க நம்பரே கொடுத்தாங்க " பாரி அதிர்ந்தவன் போலவே முகத்தையும் குரலையும் மாற்றி சொல்ல,

" அடி ஆத்தி இப்படியா சங்கதி? நல்ல விவரம் தான், வந்த வாய்ப்பை சரியா பயன்படுத்தி இருக்காங்க பாரேன்? அடியே இனியா நம்ம எல்லாம் இன்னும் வளரனும் டி, எத்தனை அறிவா இருக்காங்க பாரேன்? " இன்பாவும் வியப்பாக பேச, தமிழ் அவளை நிமிர்ந்து பார்க்க,

" உண்மை தான்டி இன்பா, நம்மகிட்ட சுவீட்டா பேசினது கூட இதுக்காக தானோ? சரி விடு. அவங்க சமத்து நமக்கு இல்ல. நீ விஷயத்த மேல சொல்லு அண்ணா " இனியாவும் பேச்சில் கலந்து கொள்ள,

" சரி, அவங்ககிட்ட தான் நம்பர் இருக்குல்ல? அப்படியே அண்ணன் கூட பேசலாம் இல்ல? என்கிட்ட நேத்து ராத்திரி மெசேஜ் பண்ணி உங்க அண்ணா கூட பேசணும், அவர்கிட்ட இருந்து மெசேஜ் கூட வரல, அவருக்கு என் நம்பர் கொடுத்தீங்களான்னு கேக்குறாங்க? என்னை பார்த்தா இவங்களுக்கு காதலுக்கு தூது போற புறா மாறி இருக்கு போல? நான் என் தங்கச்சிங்க பேச வாங்கினேன். அப்புறம் என்னாச்சுன்னு நினைக்கிற? நான் தான் தமிழ் அண்ணாக்கு நம்பர் கொடுத்தேன். கொடுத்துட்டு போய் தான் சாப்பிட்டேன். சரி அண்ணன் பேசி-னாரான்னு தெரிஞ்சுப்போம் சொல்லி கால் பண்ணா லைன் ரொம்ப பிஸி. இந்த பூனை பால் இல்ல பிள்ளைகளா... ராவா குடிக்குது. நம்மகிட்ட மட்டும் அடக்-கமா சீன். " பாரி சொல்லி முடித்து இருக்க, இன்பா, இனியா ரெண்டு பேரும் வாய் விட்டு சிரிக்க, பாரி ஆர்யாவின் " நான் ரொம்ப பிசி" பாடலை அவன் அலைபேசியில் போட்டு விட, தமிழ் செல்வன் எழுந்து பாரியை அடிக்க வர, பாரி எழுந்து ஓட, இனியாவும் இன்பாவும் சிரிக்க, அன்னமும் சமையல் அறையில் இருந்து இவர்களின் விளையாட்டை பார்த்து சிரித்து கொண்டு இருந்தார்.

" சும்மா இருந்தவனுக்கு ஃபோன் பண்ணி நம்பர் கொடுத்து, அவ பேச சொன்-னான்னு சொன்னது நீ, இப்போ என்னை கிண்டல் பண்றியா? என்ன விஷயம் தெரிஞ்சுக்க தான் கால் பண்ணேன். அவ நான் பேசணும் சொல்லல சொல்லி மொக்கை கொடுத்தா, எல்லாம் உன்னால" தமிழ் சொல்லி கொண்டே துரத்த,

" ஓ.. அப்போ நீயா தான் வழிய போய் கால் பண்ணியா? எப்போ டா வாய்ப்பு கிடைக்கும் காத்து இருந்து இருக்க? அட இது பூனை இல்ல புலிப்பா " பாரி சொல்லிவிட்டு அவன் அறைக்குள் நுழைந்து இருக்க, தமிழ் அவன் பின்னே வந்து அவனை பிடித்து இருந்தான். பாரியை அடக்கி அவன் முதுகில் அடி கொடுக்க, பாரி வலியில் கத்த, இன்பாவும் இனியாவும் சிரிப்போடு பார்த்து கொண்டு இருந்தனர். இப்படி அண்ணன்கள் இருவரும் சிறுவயதில் கூட சண்டை போட்டு பார்க்காத இவர்களுக்கு இதை பார்க்க இன்பமாக இருந்தது.

பாரி மீது இருந்து எழுந்தவன், இன்பா காதை பிடித்து, " என்ன சொன்ன? விவ-ரமா? தேவா மட்டும் தான் விவரமா? ராத்திரி முழுக்க தீய தீய கடலை வறுத்-துட்டு என்னை கிண்டல் பண்றீங்களா ரெண்டு பேரும்? " தமிழ் சிரிப்போடு கேட்க,

" பாரு டி, அண்ணாக்கு அண்ணிய சொன்னதும் கோவத்தை " இனியா சொல்லி சிரிக்க, அவள் காதையும் பிடித்து லேசாக திருகி விட்டான்.

இருவரும் தப்பித்து பாரியின் பின் வந்து நிற்க, தமிழ் மூவரையும் முறைக்க, இனி-யாவும் இன்பாவும் அறை விட்டு வெளியே சென்று,

" உன்ன இப்படி பார்க்க அழகா இருக்கு அண்ணா. சோ ஸ்வீட் " என சொல்-லிவிட்டு ஓடி இருந்தனர்.

" அண்ணா, உனக்கு அண்ணியை பிடிச்சு இருக்கா? எங்களுக்காக சொல்லல தானே? பாரி கேட்க,

" பிடிக்காம எப்படி பேசி இருப்பேன் பாரி? உங்க எல்லாருக்கும் பிடிச்சது போல எனக்கும் பிடிச்சு இருக்கு. ஆனா எனக்கு சரியா பேசவே வரலடா. மெசேஜ் பண்ண இருக்கிற தைரியம். பேச இல்ல பாரி. " தமிழ் முதல் முறை மனம் திறந்து பாரியிடம் நண்பன் போல பேச,

" அண்ணா, இதென்ன சின்ன பையன் மாறி? இயல்பா இருக்கட்டும் அண்ணா. அறிமுகமே இல்லாத நீங்க ரெண்டு பேரும் ஒருத்தரை ஒருத்தர் அறிமுகம் பண்-ணுங்க. முதலில் அண்ணியை பத்தி நீயும் உன்னை பத்தி அண்ணியும் முழுசா அறிமுகம் பண்ணிக்கோங்க, அப்புறம் படிப்பு, வேலை, விருப்பு வெறுப்புகளை பேசுங்க. அடுத்து நம்ம குடும்பம், சொந்தம், உன் நட்பு, படிப்பு, வேலை, இப்படி எல்லா அறிமுகமும் நடந்த அப்புறம் தான் தயக்கம் போகும், ரெண்டு மனசும்

நெருங்கி பழக வாய்ப்பு கிடைக்கும். அண்ணியும் இத்தனையும் சொல்லணும். பொறுமையா நடக்கட்டும். சில கருத்துக்கள் முரணா இருக்கும், சிலது பிடிக்காது எல்லாத்தையும் பேசி புரிதல் வர நாளாகும் அண்ணா. எதும் தப்பா சொன்னா மன்னிப்பு கேட்டுரு அவ்ளோ தான். கொஞ்ச கொஞ்சமா பேசுங்க, பேசாம புரிதல் வராது. அண்ணி நம்ம கூட்டு குடும்பமா இருக்கணும் சொன்னாங்க அண்ணா. சோ, அண்ணிகிட்ட தயக்கம் விட்டு பேசுங்க அண்ணா. அவங்க உன்னை நேசிக்கிறாங்க, தப்பா எதும் நினைக்க மாட்டாங்க. " பாரி சொன்ன விஷயங்களை எல்லாம் கேட்டு தமிழ் பாரியின் தலை வருடி விட, பாரி அண்ணனை இடையோடு கட்டி கொண்டான்.

அண்ணன் இருவரையும் சாப்பிட அழைக்க வந்த இனியாவும் இன்பாவும் அவர்களை பார்த்து அந்த அணைப்பில் பங்கு எடுத்து கொள்ள, தமிழ் மூவரையும் அணைத்து தலை வருடி கொடுத்து, அறையை விட்டு வெளியே வந்தான். நால்வரும் சாப்பிட்டு முடித்து இருக்க, அவரவர் வேலைகளை பார்க்க, தமிழ் தன்னவளிடம் மனம் திறந்து பேச ஆரம்பித்து இருந்தான்.

அதன் பின்னான நாட்கள் எல்லாம் திருமண வேலைகளில் வீடு கலை கட்டி கொண்டது. தினம் சொந்தங்கள் வருவதும் போவதும், தங்கைகளின் தோழிகள் வருவது, வீட்டை ரெண்டாக்கும் அளவுக்கு சத்தம் போடுவதும், ஆடுவதும் என இருந்தது. பாரி கல்யாண வேலையுடன் அவனின் வேலையிலும் கவனமாக இருக்க, அவனின் மதுராவை மட்டும் அதிகம் தவற விட்டு இருந்தான். நேரம் கிடைக்கும் போது எல்லாம் அவளின் காணொளி கேட்டு நிம்மதி அடைந்தான். வீட்டில் மூன்று ஜோடிகள் இருக்க அவர்கள் அலைபேசியில் பேசி புரிதல் வளர்க்க, இங்கே இவனோ முகமறியா அவளின் குரலோடு காதல் வளர்த்து கொண்டு இருந்தான்.

அன்று, திருமண பட்டு எடுக்க வீட்டில் அனைவரும் கிளம்பி கொண்டு இருந்தனர். தேவதர்ஷினிக்கும் அன்று மருமகள் என்ற முறையில் பட்டு எடுப்பதாக இருக்க, மூன்று குடும்பங்களும் ஒன்றாக ஒரே இடத்தில் பார்க்க இருந்தனர். பார்வதி குடும்பத்திற்கு - தேவாவின் குடும்பத்திற்கும் இடையே இன்று தான் அறிமுகம்.

பாரி கிளம்பி தந்தையின் அறை வர,

" என்ன பாரி ரெடியா? எல்லாரும் கிளம்பலாமா? " ரவி சட்டையை அணிந்து

கொண்டே கேட்க,

" அப்பா நாங்க எல்லாரும் படத்துக்கு போகலாம் இருக்கோம். உங்க பெர்மிஷன் வேணும். " பாரி தயங்கி கேட்க,

ரவி அவனை ஆச்சரியமாக பார்த்தார். காரணம், பாரி அதிகம் படத்துக்கு செல்லாதவன். இன்று அவன் இப்படி கேட்டது அவருக்கு ஆச்சரியம் தான்.

" அப்பா பிளீஸ், தங்கச்சிங்க கூட போகனும், கூடவே அண்ணாவும் அண்ணியும் பேச ஒரு வாய்ப்பு, மாறனும் மதியனும் சப்ரைஸ் தர இந்த அனுமதியை கேட்டாங்க. நான் பேசறேன் சொல்லி இருந்தேன். நான் துணைக்கு கூட போறேன். நான் எல்லாரையும் கவனமா பார்த்துப்பேன் அப்பா பிளீஸ்.. பிளீஸ்.. " பாரி விஷயத்தை சொல்லி முடிக்க,

" எத்தனை மணிக்கு ஷோ? " ரவி கேட்கவும்,

" மதியம் 2 மணிக்கு பா " பாரி பதில் சொல்ல,

" போ, போய் எல்லாரையும் கிளம்ப வை. சீக்கிரம் வாங்கினா தான் சீக்கிரம் சாப்பிட்டு போக முடியும். தேவதர்ஷினி வீட்டில் சொல்லனுமா? " ரவி கேட்கவும் பாரி முகத்தில் சந்தோசம்.

" படத்துக்கு போற விஷயத்தை மட்டும் அண்ணிக்கிட்ட வீட்டில் சொல்ல சொன்னோம். அங்க போய் நேரில் பார்த்து அனுமதி வாங்கிட்டு போகனும்பா " பாரி பதில் சொல்ல, ரவி சரியென தலையாட்ட, பாரி அனைவரையும் கிளம்ப வைத்து இருந்தான்.

அனைவரும் கடைக்குள் வந்திருக்க, பாரி ஆண்களை அவர்களுக்கான உடை எடுக்க சொல்லி அனுப்பி இருக்க, பெண்களுக்கு எடுக்கும் வேலையை தாயிடம் கொடுத்து இருந்தான். ஒதுங்கிய பார்வதியை அன்னம் கை பிடித்து நிறுத்த, பட்டு எடுக்க தொடங்கி இருந்தனர்.

பாரி ஆண்கள் இருக்கும் பகுதிக்கு நகர, அவனையே பார்த்து கொண்டு இருந்தாள் நித்தி. அவன் நகரும் இடமெல்லாம் இவளின் கண்களும் நகர்ந்தது. அவளுக்கு என தேவா எடுத்த புடவையை கூட அவள் சரியாக பார்க்கவில்லை.

எப்படியோ காலை 9.45க்கு தொடங்கிய பட்டு எடுக்கும் வைபவம் மதியம் ஒரு மணிக்கு நிறைவு பெற்று இருக்க, அனைவரும் உணவருந்த அவன் வேலை செய்யும் உணவகம் வந்து இருக்க, காலை நேர பணியாளர்கள் அவனை அடையாளம் கண்டு கொள்ள, பாரி கொஞ்சம் உணவை சீக்கிரம் தர சொன்னான். அவனின் ஹெட் பத்பநாபன் நேரில் வந்து அனைவருக்கும் வாழ்த்து சொல்லி, பாரி பற்றி புகழ்ந்து பேசி, உபசரித்து உணவுகளை கொண்டு வர, முதலில் உண்டு விட்டு, டிக்கெட் உறுதி செய்து கொண்டான்.

ரவி தேவாவின் அப்பாவை தனியே அழைத்து விவரம் சொல்ல, அவரோ நித்தியை உடன் அழைத்து செல்ல சொல்லி சொல்லவும் அவளுக்கும் பாரி டிக்கெட் எடுத்து இருந்தான்.

பெரியவர்கள் எல்லாம் ஒரு காரில் ஏறி கொள்ள, இன்பா இனியா இருவரும் புரியாது பார்க்க, தேவா தங்கை நித்தியுடன் தமிழ் செல்வன் கை காட்டிய காரில் அமர,

" மேடம் இந்த காரில் ஏறுங்க கடத்திட்டு எல்லாம் போய்ட மாட்டோம் " மதி சொல்லவும், இன்பா அண்ணன் இருவரையும் பார்க்க, பாரி ஏறு என தலையாட்ட, பின் இருக்கையில் மதி அருகில் இன்பாவை அமர சொல்லி விட்டு, இனியாவை அவன் பக்கம் அமருமாறு மாறன் சொல்ல, இருவருக்கும் எதுவும் புரியவில்லை.

கார் கிளம்ப, அங்கே மௌனமே நிறைந்து இருந்தது. பின் வந்த காரில் பாரி காரை செலுத்த, அவன் அருகில் நித்தி அமர்ந்து இருக்க, தேவாவும் தமிழும் அருகருகே அமர்ந்து இருந்தனர். பாரி இறுக்கம் குறைக்க ஆடியோ பிளேயரை ஓட விட்டு இருந்தான். பாரியின் கவனம் ரோட்டில் இருக்க, நித்திஷாவின் கவனம் அவன் மேல் இருந்தது. இந்த முறை பாரியும் அவளின் பார்வையை உணர்ந்து இருந்தான்.

9

தேடல் - 9

கார் வழி மாறி செல்ல, இனியா மாறனை பார்க்க, மாறன் மதியை கண்ணாடியில் பார்த்து சிரித்தான்.

" எங்க கூப்பிட்டு போறீங்க? காரை திருப்புங்க இளா, யாருக்கும் சொல்லாம என்ன இதெல்லாம்? " இனியா பதற,

" லூசு, எதுக்கு பதட்டம்? வீட்டில சொல்லியாச்சு, என் மச்சான் கார் நம்ம பின்னாடி தானே வருது? கண்ணாடியில் பாரு " மாறன் சொல்ல,

" சரி எங்க போறோம் சொல்லுங்க." இன்பா கேட்க அதற்கு மதி சிரிக்க,

" போதும் விளையாட்டு, எங்களை எங்க கூப்பிட்டு போறீங்க சொல்லுங்க " இனியாவும் இன்பாவும் மீண்டும் கேள்வி கேட்க, மாறனும் மதியனும் முகம் சுருங்கி போய் இருந்தனர்.

" சினிமாக்கு போறோம் போதுமா? உங்களுக்கு எதாவது சர்ப்ரைஸ் தரணும் யோசிச்சு பாரிகிட்ட கேட்டோம். அவர் தான் சினிமா போலாம்னு சொன்னார். உங்க அண்ணா தமிழும் - அண்ணி தேவாவையும் சேர்த்து கூப்பிட்டு போவோம், நானும் வரேன் சொல்லி இருந்தார். அவங்களும் நமக்கு பின்னாடி தான் வராங்க. எங்கேயும் உங்களை தனியா கூப்பிட்டு போகல, நாங்க ஒன்னும் அவ்ளோ அசிங்-

கமானவங்க இல்ல. உங்க ரெண்டு பேருக்கும் வேண்டாம், பிடிக்கலன்னு சொன்னா வீட்டுக்கு போலாம். " மாறன் கோபத்தோடு சொல்லிவிட்டு அமைதியாக,

" மாறா கண்டிப்பா போகணுமா டா, எனக்கு செம்ம மைண்ட் ஆப். நம்ம வீட்டுக்கு போலாமா? எனக்கு படத்துக்கு போக வேண்டாம்." மதி கேட்க,

" எனக்கும் தான் போக வேண்டாம். இவ்வளவு தூரம் வந்துட்டோம் போய்ட்டு வருவோம். பாரி நிறைய ஏற்பாடு செய்து இருக்காரு, நமக்கு தான் மூட் அவுட். அவரையும் மூட் ஆப் பண்ண வேண்டாமே? பாரிக்காக அட்ஜஸ்ட் பண்ணிக்கோ " மாறன் சொல்லவும், மதியும் அதற்கு சரியென சொல்ல, மாறன் காரை செலுத்தினான். இன்பா இனியா இருவரும் அமைதியாக ஒருவரை ஒருவர் பார்த்து மௌனமாக அமர்ந்து இருந்தனர்.

அனைவரும் திரையரங்கு வந்து இருக்க, மாறனும் மதியனும் அனைவரின் முன்னும் சிரித்த முகத்துடன் இருந்தனர். பாரி அனைவரையும் நிற்க வைத்து விட்டு டிக்கெட் வாங்கி வந்தான். மூன்று ஜோடிகளின் கையிலும் டிக்கெட் கொடுத்து வழி சொல்ல அவர்கள் முன்னே செல்ல,

" நீங்க கொஞ்சம் வெயிட் பண்ணுங்க குடிக்க கொஞ்சம் தண்ணி, ஜூஸ் எல்லாம் வாங்கிட்டு போகலாம். நீங்க வருவீங்கன்னு எதிர்பார்க்கல எதுக்கும் இருக்கட்டும் தான் ஒரு டிக்கெட் என்னோட சேர்த்து போட்டேன். உங்களுக்கு எதும் பிரச்சனை இல்லையே? " பாரி கேட்க,

" இல்ல. நானும் இதை எதிர்பார்க்கல தான். எனக்கு எதும் பிரச்சனை இல்ல. நீங்க வாங்கிட்டு வாங்க " நித்திஷா சொல்ல, பாரி முகத்தில் புன்னகை.

அனைவருக்கும் குளிர்பானம் வாங்கி இருந்தான். படம் தொடங்க, பாரியும் நித்தியும் படம் பார்க்க ஆரம்பித்து இருந்தனர். தமிழும் - தேவாவும் அடிக்கடி ஒருவர் முகத்தை ஒருவர் பார்த்து கொண்டனர். மாறன் கண் மூடி அமர்ந்து கொண்டான். மதி இன்பா பக்கமே திரும்பவில்லை.

" சாரி மதி. இதெல்லாம் நாங்க எதிர்பார்க்கவே இல்ல. சட்டுன்னு இப்படி செய்யவும். ஒரு பதட்டம். பிளீஸ் தப்பா நினைக்காதீங்க என்னை பாருங்களேன் " இனியா பேச மதி அவளை முறைத்தான்.

" உன் அப்பா, அண்ணாங்க கூட நம்புறாங்க. எங்களை நம்ப வேண்டிய நீங்க இப்படி பேசினா கோவம் வராம? எங்களுக்கும் அறிவு இருக்கு, வீட்டில் எதும் சொல்லாமையா வருவோம்? " மதி திருப்பி கேள்வி கேட்க,

" இதுவரை இந்த மாதிரி அனுபவமே இல்ல. பயம் வராதா? எதோ பதட்டமாகி கேட்டோம். எதையும் யோசிக்கிற நிலையில் நாங்க இல்ல. இதுக்கு போய் உங்க மேல நம்பிக்கை இல்லைன்னு சொல்லாதீங்க மதி. " சொல்லிவிட்டு இன்பா முகம் திருப்பி கொள்ள,

" தப்பு தான் கல்யாணத்துக்கு முன்னாடி உங்களோட வெளிய போகனும் ஆசைப்பட்டது பெரிய தப்பு தான். மன்னிசுடுங்க மேடம் " மதியும் சொல்லிவிட்டு முகம் திருப்ப, இன்பா கண் கலங்கி இருந்தாள். மதி அவள் கை பிடிக்க, இன்பா கண்ணை துடைத்து கொண்டாள்.

" பெங்களூர் வந்து பாரு.. தெரியும். அவனவன் என்னென்னவோ செய்யுறான். நாங்க படம் பார்க்க தானே ஆசைப்பட்டோம். இது தப்பா?"

" தப்பில்லை. எங்களுக்கு பழக்கமில்லாத விஷயம் அதான். உண்மையில் எனக்கே காரணம் புரியல. சாரி மதி பிளீஸ்." பெருமூச்சு விட்டு மதி அவளின் விரல்களை வருடி புன்னகை சிந்த அங்கே சமாதானம் பிறந்து இருந்தது.

" நம்ம சமாதானம் ஆகிட்டோம். அவங்களும் ஆகி இருப்பாங்க தான் நினைக்கிறேன். இல்லன்னா இன்டர்வலில் தான் அவங்ககிட்ட பேசணும். " மதி சொல்ல இன்பாவும் ஆம் என தலையாட்டினாள்.

" சரி படம் பாருங்க " இன்பா சொல்லிவிட்டு கையை மெல்லிய புன்னகையோடு அவனிடம் இருந்து பிரிக்க,

" படம் பார்க்கவா இவளோ தூரம் வந்தேன்? என் பொண்டாட்டி பக்கத்தில் உக்கார வந்தேன். படத்தை விட உன் முகம் பார்க்க பிடிச்சு இருக்கு, நீ வேணா படம் பாரு, நான் உன்னை பார்க்கிறேன். " மதி சொல்லவும். இன்பா முகத்தில் புன்னகை பெரியதாக, மதி அவளின் கரத்தை அவன் கரத்தில் சேர்த்து கொண்டான்.

நித்தி பாரியை பார்க்க, அவனோ அவனருகில் அவள் இருப்பதை மறந்து படத்-

தில் மூழ்கி இருந்தான். தன்னோடு தன் உடன் பிறப்புகளும் அவர்களின் துணை-யும் வந்து இருக்க, அவர்களை இயல்பாக வைத்து கொள்ள முயற்சி செய்து இருந்தான். அவர்கள் தனியாக வந்து இருந்தால் என்ன உணர்வும், தனிமையும் கிடைக்குமோ அதை தர பெரும் முயற்சி செய்து டிக்கெட் எடுத்து வேறு வேறு இடங்களில் இருக்கை எடுத்து இருந்தான். என்ன தான் அவனின் அண்ணன், தங்கைகள் என்றாலும் அவர்களின் துணையோடு அவர்களுக்கு தனிமையை சரி-யாக தர வேண்டிய பொறுப்பும் நாகரிகமும் இருந்தது.

மாறன் அருகில் இனியா, எதுவும் பேசாது படமும் பார்க்காது மௌனமாக தலை கவிழ்ந்து அமர்ந்து இருந்தாள். ஒரு கட்டத்திற்கு மேல் அவனின் இறுக்கமும், அமைதியும் பொறுக்க முடியாமல் அவள் அழ, அவளின் விசும்பல் சத்தம் மாறனை கண் திறக்க வைத்தது.

" இப்போ எதுக்கு அழுர? கொஞ்சம் கூட என் மேல நம்பிக்கையே இல்ல தானே? கடத்திட்டா போறேன்? எங்க போறோம்? எங்க போறோம்? எவ்ளோ ஆசையா ஏற்பாடு பண்ணோம் தெரியுமா? மதியும் உன்னால அப்செட். உன்னை பார்த்து தான் இன்பா கேள்வி கேட்டா, நீங்க மட்டும் பரிசு தரலாம், ஷாக் தரலாம். நாங்க ஒரு ஆசையும் இல்லாத மண்ணு தானே? " மாறன் கோவத்தில் பேச, இனியா இன்னும் அழுதாள். அதை பார்த்து மாறன் அவளை அவன் தோளோடு சேர்க்க, அவன் தோளில் கண்ணீர் துளிகள் விழ, அவனின் கைக்குட்டை எடுத்து கண்-ணீர் துடைத்து விட்டான்.

" சாரி. நான் அப்போ பயந்து போய்ட்டேன். எதையும் யோசிக்க முடியல. புரியாம பேசிட்டேன். அது உங்களை இவளோ காயப்படுத்தும் தெரியல" இனியா சொல்ல, மாறன் அவளுக்கு ஜூஸ் எடுத்து குடிக்க கொடுத்தான். மாறனும் மன்னிப்பு கேட்க, இனியாவும் மன்னிப்பு கேட்க, இருவரும் ஒன்றாக படம் பார்க்க ஆரம்-பித்து இருந்தனர். மாறன் அலைபேசியில் மதிக்கு விபரம் சொல்லி, இன்பா மீது உள்ள கோவத்தை விட சொல்ல, மதியும் சிரித்து விஷயத்தை சொல்ல, மாறன் முகத்தில் புன்னகை.

இடைவெளி பொழுது அவரவருக்கு விருப்பமான தின்பண்டம் வாங்கி தர ஆண்-கள் வெளியே செல்ல, தமிழ் தேவாவின் விருப்பம் அறிந்து வாங்கி கொடுத்தான். இனியா ஐஸ் க்ரீம் கேட்க, மாறன் எழுந்து செல்ல, இன்பா அழைத்து விவரம் சொல்ல, இனியாவும் சொல்லி இருந்தாள். ஒரு வழியாக இன்முகத்தோடு படம் பார்த்து திரை அரங்கம் விட்டு வெளியே வந்திருந்தனர்.

பாரி தமிழிடம் கார் சாவியை கொடுக்க, நித்தி முகத்தில் கேள்வி. மதி கார் எடுத்து வர, அவர்கள் நால்வரும் ஏற, தமிழின் காரில் தேவாவும் நித்தியும் ஏறி இருந்தனர். பாரி அவர்களுக்கு கை காட்ட, அவர்களின் கார் கிளம்பியது.

" என்ன அண்ணா நீ காரில் ஏறமா இருக்க? வீட்டுக்கு வரலியா? " இன்பா கேட்க,

" நான் வேலைக்கு போகனும் வாலு. வெற்றி வருவான் என்னை பிக் பண்ண, ராத்திரி அவனோட தான் தங்க போறேன். நாளைக்கு பார்க்கலாம். இப்போ கிளம்புங்க ஆறு மணிக்கு முன்னாடி எல்லாரும் வீட்டுக்கு போகனும். " பாரி சொல்லிவிட்டு மதிக்கும் மாறனுக்கும் புன்னகையுடன் தலை அசைக்க, கார் நகர்ந்திருந்தது.

பின் வெற்றி வரவும் பாரி அவன் வேலைக்கு சென்று சேர்க்க, பாரியை இரவு வேலை முடித்ததும் கால் செய்ய சொல்லிவிட்டு வெற்றி கிளம்பினான். அன்றைய இரவு பனிரெண்டு மணிக்கு இருவரும் கையில் காஃபி உடன் அமர்ந்து இருந்தனர்.

" அந்த நித்தி பொண்ணு உன்னை பார்க்குதுன்னு நான் சொன்ன அப்போ நீ நம்பல தானே? இப்போ பாரு நீயே சொல்ற, அந்த பொண்ணோட படம் எல்லாம் வேற பார்த்திட்டு வந்து இருக்க, அப்புறம்? அடுத்து என்ன? " வெற்றி கேள்விகளில் பாரியை சீண்ட,

" அட ஏன்டா? பார்க்குதுன்னு தானே சொன்னேன்? நீ சொன்னது உண்மை தான் அவ என்ன பார்க்கிற பார்வையே சரியில்ல. பிரச்சனை எதும் இழுத்து விடாம இருந்தா சரி " பாரி சொல்வதை கேட்டு வெற்றி அவனை கேள்வியாக பார்க்க,

" டேய், இன்னும் அந்த யூடியூப் பிள்ளையை நினைச்சுட்டு இருக்கியா? அட பைத்தியமா நீ? உன் கண்ணு முன்னாடி அழகி ஒருத்தி நின்னு, உன்ன ஆசையா பார்த்துட்டு இருக்கா, நீ அவளை பார்க்காம, இல்லாத ஒருத்தியை போய் காதலிச்சுட்டு இருக்க, வேண்டாம் பாரி இது ஏமாற்றத்தில் போய் முடிஞ்சா வருத்தம். " வெற்றி எச்சரிக்கை செய்ய பாரியின் முகம் சுருங்கியது.

" தெரியல டா. அவளை தவிர வேற ஒருத்தியை என்னால யோசிக்க கூட

முடியல. என் மதுரா தான் எனக்கு எல்லாம், இன்னும் நான் காதலே சொல்லல, காதலை சொல்லாம எந்த முடிவுக்கும் வர நான் தயாரா இல்ல. ஜஸ்ட் கோ வித் ப்லோ அவ்ளோ தான். " பாரி பதில் சொல்ல,

" சரி தான். பத்திரமா இரு அவ்ளோ தான் சொல்வேன். இந்த விஷயத்தில் உனக்கு என்ன சொல்றதுன்னு எனக்கே தெரியல. நீ மனசு கலங்கி நிக்காம இருந்தா சரி." வெற்றியும் அந்த பேச்சை முடித்து விட, காபியை அருந்தி விட்டு வேறு பல கதைகளை பேசி உறங்க மணி இரண்டாகி இருந்தது.

அடுத்த நாள் மதியம் அவனை அவனின் வீட்டில் விட்டு சென்று இருந்தான் வெற்றி. தமிழ் திண்ணையில் அமர்ந்து பேசிக்கொண்டு இருக்க, அவனை தொந்தரவு செய்யாது வீட்டின் உள்ளே வந்து இருந்தான். அன்னம் குளித்து வர சொல்ல, குளித்து வந்தவனுக்கு உணவு பரிமாறினார் அன்னம். பாரி சாப்பிட்டு அவன் அறைக்குள் செல்ல, அவனை தடுத்து ஹாலில் அமர சொல்லிவிட்டு போனார். பாரி டிவி ஆன் செய்து செய்தியை ஓட விட, தமிழ் உடன் வந்து அமர, அன்னம் பேச்சை ஆரம்பித்தார்.

" தம்பி நம்ம தேவா தங்கச்சி.. அந்த பிள்ளை பேர் கூட.. எதோ.. என்ன பேரு தமிழு? " அன்னம் வினாவ,

" டேய் பாரி, நித்திஷா வீட்டில் உன்னை மாப்பிள்ளையா கேட்டு இருக்காங்க. அந்த பொண்ணு படிச்சுட்டு இருக்கு, படிப்பு முடியவும் கல்யாணத்தை பொறுமையா வைப்போம் சொல்லி இருக்காங்க. உன் விருப்பம் என்ன? " தமிழ் நேரடியாக கேட்க, பாரி தாயை பார்த்தான்.

" அம்மாவை ஏன் பார்க்கிற? ஓ உன் யூடியூப் காதலா? உன் லவ் பத்தி அம்மா சொன்னாங்க டா. அதெல்லாம் சும்மா ஒரு ஈர்ப்பு. நீ யோசிச்சு முடிவு சொல்லு சரியா? " தமிழ் சொல்லவும், பாரி மீண்டும் தாயை தான் பார்த்தான்.

" உங்களுக்கு சம்மதமா அம்மா? அப்பாக்கு என் காதல் விஷயம் தெரியுமா? " பாரி தவிப்போடு கேட்க,

" பொண்ணு தங்கமாட்டாம் இருக்கா, நல்ல குணம். உனக்கும் தமிழுக்கும் ஒரே மேடையில் நிச்சயம் வெச்சு கண் குளிர பார்க்க ஆசையா இருக்குடா, அது காதலா டா? அதை போய் உன் அப்பாக்கு எதுக்கு சொல்லிட்டு? நான் சொல்லல.

நீ உன் விருப்பத்தை சொல்லு பாரி " அன்னம் கேட்க,

" எனக்கு இந்த பொண்ணு வேண்டாம் மா. எனக்கு விருப்பம் இல்ல. எனக்கு மதுரா தான். அவளை தான் என் மனசு விரும்புது. என் சம்மதம் உங்களுக்கு முக்கியம் தானே மா? அப்போ இந்த சம்பந்தம் வேண்டாம். அதும் போக நான் என் தொழில் தொடங்காம கல்யாணம் எல்லாம் பண்ணிக்க மாட்டேன். முடியவும் முடியாது. "

" டேய் பாரி.. " தமிழ் செல்வன் அழைக்க,

" பிளீஸ்ண்ணா புரிஞ்சுக்க.." சொல்லிவிட்டு பாரி அறைக்கு சென்று இருந்தான்.

அன்னம் தமிழ் முகம் பார்க்க, தமிழ் தந்தைக்கு விவரம் சொல்ல, ரவி அழைத்து விஷயத்தை தேவாவின் வீட்டில் சொல்ல, தேவா உடனே தமிழை அழைத்து இருந்தாள்.

10

தேடல் - 10

" என்னங்க இது? ஏன் பாரி நித்தியை வேண்டாம்னு சொன்னார்? நித்தி உங்க தம்பியை விரும்புறா, இங்க எல்லாரும் வேற மாறி ஆசைப்பட்டு இருந்தா, இவர் ஏன் இப்படி எல்லாம் சொல்றாரு? எல்லாரோட விருப்பத்தையும் அவர் யோசிக்-கவே மாட்டாரா? நம்ம குடும்பத்துக்கு இடையில் இன்னும் நெருக்கம் வரும். இது எல்லாருக்கும் சந்தோசம் தானே? நீங்க கொஞ்சம் அவர்கிட்ட பேசலாம் இல்ல? " தேவா தங்கைக்கு என தமிழிடம் கேள்வியாக கேட்க,

தமிழ் அவன் காதலை விடுத்து, அவனுக்கு இப்போது திருமணத்தில் விருப்பம் இல்லை என்றும், தொழில் தொடங்கிய பின் பார்க்கலாம் என்று கூறி விட்டதாக சொல்ல,

" என்னங்க, நித்தி படிச்சு முடிச்சிட்டு தான் கல்யாணம், அதுக்குள்ள பாரியும் தொழில் தொடங்கட்டும். இப்போ நிச்சயம் மட்டும் பண்ணலாமே? அவங்க பேசி புரிஞ்சுக்க நேரம் இருக்குமே யோசிங்க.. " தேவா இன்னும் அதே இடத்தில் நிற்க,

பாரி வேறு ஒரு பெண்ணை விரும்புவதாக கூறி, அவன் காதல் பற்றிய விவரமும் கூற,

" இது காதலா? யாருன்னு தெரியாத ஒருத்தியை போய்... நீங்களும் அதுக்கு சரின்னு சொல்றீங்க இல்ல? உங்க தம்பி நீங்க சொன்னா கேக்க மாட்டாரா? இது சினிமா இல்ல வாழ்க்கை. " தேவா கோவத்தில் பேச,

" பிளீஸ் மா.. அவன் விருப்பம் இல்லன்னு சொன்ன அப்புறம் வற்புறுத்த சொல்லாதே.. அவன் இதுவரை அடம் பிடிச்சது இல்ல. முதல் முறை மறுத்து, அடம் பிடிக்கிறது இதில் தான். அவன் வேலை பார்த்த இடத்திலும் அவனை ஒரு பொண்ணு விரும்பி, அந்த பொண்ணு விருப்பத்தையும் சொல்லியும் இவன் தான் வேண்டாம் மறுத்துட்டு வந்தான். அவனுக்கு விருப்பம் இல்லன்னா நம்ம என்ன செய்ய முடியும்? புரிஞ்சுக்க மா. " தமிழ் எடுத்து கூற, சரி என கூறி தேவா மௌனமாகி இருந்தாள்.

அன்று பேசி வைத்த பின் தேவா வீட்டில் அனைவருக்கும் வருத்தம். நித்தி அவர்களின் வீட்டில் அனைவருக்கும் செல்லம். அதுவும் தேவாவின் அப்பாவும், நித்தியின் அப்பாவும் ராமன் லட்சுமணன் போல, தேவாவை அங்கு கட்டிக்கொடுத்து நித்தியை வருத்தத்தில் நிற்க வைக்க அவர்களுக்கு விருப்பம் இல்லை. நாளை எந்த நல்லது கெட்டது என்றாலும் அக்காவை காண நித்திஷா அவளின் புகுந்த வீடு தானே செல்ல வேண்டும்? அதனால் யோசித்தார்கள். தேவா - தமிழ் சம்பந்தம் வேண்டாம் என ரவியிடம் கூறி இருக்க, பாரியின் தலையில் பெரும் இடி.

மருமகள் என உறுதி செய்து பூ வைத்து, பட்டு எடுத்த பின், இருவருக்கும் தான் திருமணம் என பேசி முடித்த பின், இப்படி அவர்கள் பின் வாங்குவார்கள் என்று யாரும் நினைக்க கூட இல்லை. தேவா அழைப்புகளை தவற விட, தமிழ் மனம் உடைந்து இருந்தான். அவனின் வாட்டம் முகத்தில் தெரிய, ரவி மீண்டும் ஒரு முறை பேச, பாரியின் சம்மதம் தான் இதை சரி செய்யும் என்று கூறி இருந்தனர்.

அன்று இரவு வீட்டில் உள்ள அனைவரின் முன்னும் பாரி நின்று இருக்க,

" அப்படி என்னப்பா குறை அந்த பொண்ணுகிட்ட? நல்ல படிப்பு, அழகும் இருக்கு உன்னை விரும்பி தான் சம்மதம் சொல்லி இருக்கு, இந்த காலத்தில் பொண்ணு கிடைக்கிறதே கஷ்டம். அதிலும் இது தேடி வந்த சம்பந்தம், நல்ல இடம், நம்ம உறவும் கூட, இப்போ உன் ஒருத்தன் முடிவு தான் தமிழ் கல்யாணத்தை நடத்தும்." ரவியே அவனிடம் கேட்க,

" இல்லப்பா அது... அது நான் ஒரு பொண்ணை விரும்புறேன். அந்த பொண்ணை.. "

பாரி சொல்ல சொல்லவே நிறுத்து என்பது போல கை காட்டினார்.

" அது காதலா பாரி? பைத்தியக்கார வேலை மாறி தெரியல உனக்கு? யாருன்னு முகமே தெரியாத பொண்ணை போய் விரும்புறதா சொல்லிட்டு இருக்க, இதெல்லாம் நடக்குமா? சரி, ஒரு பேச்சுக்கு கேக்குறேன். உனக்காக நாங்க இந்த சம்பந்தம் விட்டுறோம்னு வை. நாளைக்கு உனக்கும் அந்த பொண்ணு கிடைக்காம போனா இழந்தது என்ன? உன்னோட சேர்ந்து தமிழும் கஷ்டப்படனும். நாளைக்கு, யாரோ ஒரு பொண்ணை கல்யாணம் பண்ண தானே போற? இல்ல இந்த யூடியூப் பொண்ணு நினைப்பில் தனிமரமாவே நிக்க போறியா? " ரவி கேட்கவும் பாரி தலை குனிந்து நின்று இருந்தான்.

" தமிழை யோசி பாரி, தேவா தான் பொண்டாட்டினு சொல்லி இருந்துட்டு இப்போ இல்லன்னா அவனுக்கு மனசு வலிக்கும் தானே? அப்படி என்னடா எங்களை விட காதல் பெருசா போய்டுச்சு உனக்கு? இந்த சம்பந்தம் கை விட்டு போனா, இனியா இன்பா கல்யாணத்தில் கூட நாம நிம்மதியா இருக்க முடியாது. எங்க எல்லாரையும் யோசிச்சு ஒரு முடிவு சொல்லு பாரி " அன்னம் கேட்ட கேள்விகள் இன்னும் அவனை அழுத்த, தமிழை பார்த்தான்.

பாரியின் மௌனம் பார்த்த அனைவரும் அவரவர் அறை சென்று விட, இரவு உணவு வேண்டாம் என கூறிவிட்டு மாடியில் தனியே பாரி நின்று இருக்க, அங்கு தமிழ் வந்தான்.

" தேவாவை என்னோட பேச வேண்டாம் சொல்லிட்டாங்க. முதல் முறை ஒரு பொண்ணோட அதும் என் பொண்டாட்டியா அவளை நினைச்சு பேசிட்டு, இப்போ சம்பந்தம் தட்டி போகவும் கஷ்டமா தான் இருக்கு, அங்க அவளுக்கும் கஷ்டமா தான் இருக்கும். ஆனா, எல்லாம் கொஞ்ச நாளுக்கு தான். அவளுக்கு சீக்கிரமே வேற பையன் பார்த்து கல்யாணம் பண்ணிட்டா எல்லாம் சரியாகிடும். நானும் கூட அவளை மறந்துருவேன். நீ கவலையை விடு. எனக்காக உன் காதலை கொல்ல கூடாது பாரி. ரெண்டு மாசமா பேசின எனக்கே வலிக்குது. ஒரு வருஷமா காதலிக்கிற உன்னை மறக்க சொன்னா, உனக்கும் இதே வலி தானே வாழ்க்கை முழுக்க இருக்கும்? வேண்டாம் பாரி, நான் சரியாகிடுவேன் கொஞ்ச நாளில், நீ தேவையில்லாம எதையும் யோசிக்காதே. வா சாப்பிடு." தமிழ் முகத்தில் இருந்தா சோகம் பார்த்து, பாரிக்கு கத்தி மேல் நிற்கும் வலி.

அண்ணனை தவிர்த்து, அறைக்கு சென்றவன் வெறும் வயிற்றில் தூங்கி இருந்தான். காலை எழுந்ததும் குளித்து கிளம்பி அவன் சென்றது நித்தியின் இல்லம்

நோக்கி தான். யாருமே அவனை எதிர்ப்பார்க்காத நிலையில் நித்தியின் அப்பா அவனை அமர சொல்ல, அவனோ நித்தியுடன் பேச வேண்டும் என்று அனுமதி கேட்க, கல்லூரி கிளம்பி கொண்டு இருந்தவளை அவனோடு பேச சொல்லி நித்தியின் அப்பா கூற, வீட்டின் பின் புறம் இருக்கும் தோட்டத்தில் பாரி அமர்ந்து இருந்தான். நித்திஷா வரவும் அவளையும் அமர சொன்னான்.

எப்படி இருக்கீங்க? படிப்பு எப்படி போகுது? என கொஞ்சம் பொது விஷயம் பேச, நித்தி பதில் கூறிக்கொண்டு இருக்க, பாரி பேச வேண்டிய விஷயத்திற்கு வந்தான்.

" நீங்க பார்க்க அழகா தான் இருக்கீங்க. ரொம்ப ரொம்ப நல்ல பொண்ணு தான். உங்களை வேண்டாம் சொல்ல யாராலும் முடியாது. இருந்தும் நான் மறுக்க காரணம் என் காதல். நான் உங்களுக்கு சம்மதம் சொன்னா, ரெண்டு கல்யாணமும் நடக்கும். அண்ணாவும் - அண்ணியும் விரும்பி பண்றாங்க சந்தோசமா இருப்பாங்க. நம்ம? நீங்க மட்டும் என்னை தனியா நேசிச்சு யாருக்கு லாபம்? என் நெஞ்சு முழுக்க ஒருத்தி இருக்காளே அவளை மறந்து நான் எப்படி உங்களோட வாழ முடியும்? "

" உங்களை ஏமாத்த எனக்கு மனசு இல்ல. நீங்க என்னை நினைச்சு பெரிய கனவில் இருந்து, நான் வேற மாறி நடந்தா அது உங்களுக்கு ஏமாற்றம் தானே? இல்ல நானும் உன்னோட இப்படியே நடிக்கிறேன் சொன்னா எனக்கு சம்மதம். " பாரி பேசி முடித்து இருக்க, நித்தி எழுந்து சென்று டீயும் பலகாரமும் கொடுக்க,

" ஆக என்னை கல்யாணம் பண்ணிட்டு உன்னால நிம்மதியா இருக்க முடியாது. இருக்கவும் விட மாட்டேன் சொல்ல வந்து இருக்கீங்க அப்படி தானே? " நித்தி கூற, பாரி மென்மையாக சிரித்து,

" என் அண்ணனுக்காக உங்களை கல்யாணம் பண்ணிக்க நான் தயார். உங்களோட பொய்யா ஒரு வாழ்க்கை வாழவும் தயார், உங்க கை பொம்மையா விருப்பம் போல இருக்கவும் தயார். ஆனா, என்கிட்ட உங்களுக்கான உணர்வுகளை, காதலை எதிர்பார்க்காதீங்கன்னு சொல்றேன்." என பாரி இன்னும் தெளிவாக சொல்ல, நித்தி அவனையே பார்த்துக் கொண்டு இருந்தாள்.

" சாரி இப்படி சொல்றதுக்கு கல்யாணம் பண்ணிட்டு உங்களை காயப்படுத்த எனக்கு விருப்பம் இல்ல. ஆனா நானும் மனுஷன் தானே? எனக்கும் உணர்வுகள் இருக்கே? எல்லாரும் அண்ணன் மேல இருக்கிற பாசத்தில் எனக்கு எதிரில் நிக்கி-

றாங்க. உங்க வீட்டிலும் உங்க மேல உள்ள பாசத்தில் தேவா அண்ணியை அண்ணாக்கு தர மாட்டோம் சொல்லிட்டாங்க. இப்போ நான் சம்மதம் சொல்லிட்டா எல்லாருக்கும் சந்தோசம். ஆனா வாழ போறது நம்ம ரெண்டு பேரும் தான். நான் என் அண்ணாகாக தான் இதை செய்றேன். ஆனா உங்களுக்கு இப்படி ஒரு பொய்யான வாழ்க்கை வாழனும் என்ன இருக்கு? அதான் என்னால முடிஞ்ச வரை நடிப்பேன். உங்களை நல்லா பார்த்துக்க முயற்சி செய்வேன். உங்களுக்கு இதில் சம்மதம் தான்னு சொன்னா, கொஞ்சம் உங்க எதிர்பார்ப்புகளை மட்டும் குறைச்சுக்க முயற்சி செய்யுங்க. உங்களுக்கும் அதிக காயம் இருக்காது. எனக்கும் குற்ற உணர்வு கொஞ்சம் கம்மியாகும். அவ்ளோ தான். நான் கிளம்புறேன்."

பாரி சென்று விட, நித்தி அங்கேயே அமர்ந்து இருந்தாள். அவளின் அப்பா விபரம் கேட்க,

" எனக்கு இந்த சமையல்காரன் வேண்டாப்பா. அவன் அண்ணனுக்காக என்னை கல்யாணம் பண்ணிக்க சம்மதமாம். இவனுக்கு என் மேல விருப்பமே இல்லப்பா, விருப்பமில்லாத இவனை கட்டிகிட்டு என்னால போராட முடியாது. நல்ல வேளை நேரில் வந்து மனசில் உள்ளதை சொன்னான். அவன் போனா போகுதுன்னு கல்யாணம் பண்ணிக்க போற மாறி பேசுறான். எனக்கு இந்த கருப்பன் வேண்டாம். நீங்க பார்க்கிற யாரா இருந்தாலும் எனக்கு சம்மதம். அக்காக்கு தமிழ் மாமாவையே கல்யாணம் பண்ணி வையுங்க அப்பா பிளீஸ். பெரியப்பா கிட்ட சொல்லுங்க பிளீஸ்.. பிளீஸ்ப்பா அக்கா பாவம் இல்ல? மாமா மேல ரொம்ப ஆசையை வெச்சு இருக்கா பிளீஸ்.. "

பாரி அன்று வேலை முடித்து வர, தமிழ் அவனுக்காக காத்து இருக்க, அண்ணனை பார்த்து அவன் லேசாக சிரிக்க, அவனோ முறைத்து கொண்டு இருந்தான்.

" என்னடா போய் பேசின நீ? யார்கிட்டயும் சொல்லாம உன்னை யார் அங்க போக சொன்னது? அப்பா உன் மேல கோவமா இருக்காரு. சொல்லு ஏன் போன அங்க? தமிழ் கேட்கவும் பாரி அவனை கேள்வியாக பார்த்தான்.

" என்னாச்சு அண்ணா? அவங்க வீட்டில் என்ன சொன்னாங்க? " பாரி சிரிப்பை விடுத்து தவிப்பாக கேட்க,

" எங்க கல்யாணத்துக்கு சம்மதம் சொல்லிட்டாங்க, அந்த பொண்ணுக்கு உன்னை

பிடிக்கலையாம், உன்னோட அவளுக்கு கல்யாணம் வேண்டாம்னு சொல்லிட்டா. " தமிழ் சொல்ல,

பாரி முகத்தில் அளவில்லா புன்னகை. புன்னகையோடு அறை உள்ளே சென்று விட்டான். ரவி காலையில் அவனிடம் கூப்பிட்டு கோபத்தோடு பேச, நேற்று காலை நித்தி வீட்டில் சென்று பேசியதை கூற, மகனின் செயலில் இருந்த நன்மை புரிய, அவரும் சில அறிவுரைகள் கூறி அனுப்பி இருந்தார். அன்று வெற்றியை பார்க்க சென்று இருக்க, அவனோ பாரியிடம் அவனுடைய காதலை மதுராவிடம் கூற சொல்லி வற்புறுத்தி இருந்தான்.

மதுராவிடம் காதலை சொல்ல வேண்டும் தான். இத்தனை நாளும் நட்பாக பேசி-விட்டு, சட்டென இன்று எப்படி காதல் சொல்வது என குழப்பம். பாரி அவனின் அலைபேசி எடுத்து மதுரம் சேனல் பார்க்க, அதில் ஒரு வாரமாக எந்த வீடியோ-வும் வரவில்லை. நடந்த கலவரத்தில் அவன் ஒரு வாரமாக இதை கவனிக்கவே இல்லை. அவசரமாக மின்னஞ்சல் திறந்து ஏன் ஒரு வாரமாக எந்த வீடியோவும் இல்லை என கேட்டு, உடன் அவளின் நலத்தை விசாரித்து மின்னஞ்சல் அனுப்பி இருந்தான்.

நாட்கள் மட்டுமே நகர்ந்தது அவளிடம் இருந்து பதிலே இல்லை. தங்கைகளின் திருமண வேலைகள் கண் முன் தெரிய, பதில் வரும் என நம்பிக்கை கொண்டு திருமண வேலைகளை முழு கவனத்தோடு பார்த்தான். திருமண நாளும் வந்தது.

பாரியும், வெற்றியும், தமிழும் மண்டபத்தில் ஆளுக்கு ஓர் வேலை என்று பார்த்து கொண்டு இருந்தனர். தேவா அண்ணியாக இனியா - இன்பா இருவருடன் இருந்-தாள். மங்கள நேரம் கூடி வர கெட்டி மேளம் ஒலிக்க இனியாவும், இன்பாவும், திருமங்கலயம் வாங்கி கொண்டனர். பாரியும் தமிழும் ஒருவரின் கையை ஒருவர் பற்றி தங்கைகளை பார்த்து ஆனந்த கண்ணீர் விட்டு இருந்தனர். வெற்றி தோள் தட்டி ஆறுதல் சொல்ல, பந்தி வேலை ஆரம்பமாகி இருந்தது. பாரி அதற்கு அப்புறமும் வேலையில் தான் இருந்தான். இரவு வீட்டில் முதலிரவு சடங்குக்கான வேலைகள் செய்து விட்டு சீக்கிரம் அனைவரும் அறை சென்று விட்டனர். இனி-யாவும், இன்பாவும் அவர்களின் அறை சென்று இருக்க, தமிழ் அவனின் தேவா-வுடன் பேச சென்று விட, பாரி அவன் அறைக்கு வந்து குளித்து, உடை மாற்றி, அவனுடைய மின்னஞ்சலை திறந்தான்.

11

தேடல் - 11

மாறன் அறைக்குள் நுழைந்த இனியாவின் சொல்ல முடியாத கலவையான உணர்வில் இருக்க, அவளின் கண்கள் கலங்குவது மாறனுக்கு நன்றாக தெரிந்தது. அவன் அருகில் அமர சொல்ல, அமர்ந்தாள்.

" எதுக்கு இப்போ இந்த அழுகை? நான் எதையும் திட்டம் போட்டு செய்யல இனியா, எதிர்பாராம வந்த வாய்ப்பு. ஆன் சைட் போகாம விட்டா நாளைக்கு புரொமோஷன் வராது. என் வேலையில் இது முக்கியம். அதே நேரம் என்னால உன்னையும் விட்டு போக முடியாது. ரெண்டு வருஷம் தள்ளி போய் இருந்தா சந்தோசமா இருந்து இருக்குமா உனக்கு? "

" நான் உங்களை எதும் சொன்னேனா? பல கனவில் இருந்தோம் இளா... பெங்களூர் தான் ரெண்டு மாசத்துக்கு ஒரு முறை வீட்டுக்கு வரலாம். அப்பா, அம்மா, அண்ணாங்க எல்லாரோட இருக்கலாம். அத்தையை இங்க கூப்பிட்டு வந்துட்டா நாங்க எல்லாரும் ஒன்னா இருப்போம் எல்லாம் நிறைய யோசிச்சு இருந்தோம். அமெரிக்கா கூப்பிட்டு போவீங்கன்னு கொஞ்சமும் எதிர்பார்க்கவே இல்லப்பா.. இன்பா விட்டு நான் ஒரு நாள் கூட இருந்தது இல்ல, இருக்கவும் தெரியாது எனக்கு. இப்போ எல்லாரையும் விட்டு அங்க... " இனியா பாதியில் உடைந்து அழ, மாறன் மனதும் அடித்துக் கொள்ள அவளின் கண்ணீர் துடைத்து, அவன் தோள் சாய்த்து கொண்டான்.

" எனக்கும் புரியுது மா. நானும் மதியை விட்டு தான் போகனும். சீக்கிரமே வந்-

துருவோம். நமக்காக நம்ம நாலு பேருக்காக, நம்ம எதிர்கால வாழ்க்கைக்காக கொஞ்சம் நாள் மட்டும் இனியா. எனக்கு தெரியும் எவ்ளோ சொன்னாலும் இந்த வலியையும், பிரிவையும் நீ தான் தாங்கனும். சாரி இனியா. "

இனியா அவன் நெஞ்சில் சாய்ந்து அழ, மாறன் அவள் கண் துடைத்து, தலை வருடி சமாதானம் செய்தான். இனியா அழுதே தூங்கி இருக்க, மாறன் யோசனை-யில் அமர்ந்து இருந்தான். மதிக்கு அழைப்போம் என நினைத்து அலைபேசி தேடியவன், பின் நாகரிகம் கருதி அதை தவிர்த்து இருந்தான். சிந்தனையில் இருந்தவனின் கண் அயர, இனியாவை படுக்கையில் படுக்க வைத்து அவள் முகம் பார்த்தான். திருமணமான முதல் நாள் இரவின் எந்த பூரிப்பும், சந்தோசமும் இல்லாது கலக்கமும் கவலையுமாக இருக்க காரணம் அவன் தான் என மனம் கூற, அவளின் நெற்றியில் முத்தமிட்டு, உறங்கி இருந்தான்.

மதியின் அறையில் இன்பாவும் அழுதாள் தான். முகம் மூடி பிரிவை எண்ணி அழும் அவளை கண்டு மதியும் துடித்து இருந்தான்.

" நாமும் தான் இன்பா மாறனை பிரியனும். அவனுக்காக ஒரு முடிவு எடுக்க கூட அவனுக்கு நான் தான் வேணும். என்னை விட்டு தான் அவனும் போறான். நாளைக்கு மாறன் நல்லா இருந்தா இனியா நல்லா இருப்பா, அவங்க பிள்ளைங்க நல்லா இருப்பாங்க. அவங்க நல்லா இருந்தா நம்ம நல்லா இருப்போம். நானும் மாறனும் ஒன்னு.. அதே போல தானே நீயும் இனியாவும்? "

" எங்கையோ போகல இன்பா.. இதோ இங்க இருக்கிற அமெரிக்கா தான். நீயும் நானும் அவங்களை மிஸ் பண்ணும் போது எல்லாம் போய்ட்டு வரலாம். மாறா வேலையில் இது முக்கியமான கட்டம். கல்யாணமா? வேலையான்னு வந்த அப்போ ரெண்டையும் பேலன்ஸ் பண்ண எடுத்த முடிவு இது. நான் தான் அவனுக்கு இங்க இருந்து உதவி செய்யனும். எனக்கு நம்பிக்கை இருக்கு நாங்க சீக்கிரம் இந்த புராஜக்ட் முடிச்சுருவோம். மாறன் சீக்கிரம் இந்தியா வந்துருவான். "

" இனியாவை பார்க்க கூப்பிட்டு போவீங்களா? "

" கண்டிப்பா கூப்பிட்டு போவேன். உன் உணர்ச்சி எனக்கும் புரியும் இன்பா, நானும் அவனை பிரிய தானே போறேன்? கொஞ்ச நாள் இன்பா.. எனக்கு நீ துணையா இருப்பேன் நம்பி தான், மாறனை தைரியமா போய்ட்டு வர சொன்-

னேன். உதவி செய்வ தானே?"

" கண்டிப்பா உதவி செய்வேன். நான் இதை இனியாக்கு சொல்லணும் மதி. ரொம்ப அழுதது அவதான். " அழுகையை நிறுத்திய இன்பா சொல்ல,

" அட கடவுளே.. அப்போ என்னை போல மாறனுக்கும் ஒன்னும் இல்லையா? ஃபீலிங் சாரிடா மாறா.. அவன் வேற எமோஷனல்.. இனியா அழுது இருந்தா மனசு உடைஞ்சு போய் இருப்பான். காலையில தான் தெரியும். வா நம்ம தூங்கு-வோம். "

" சாரி.. மதி. அழுது இந்த ராத்திரியை வீண் பண்ணிட்டேன். "

" புரிதலே இல்லாத இடத்தில் தாம்பத்தியம் நடக்காது இன்பா. இப்போ நடந்து இருந்தா அது வெறும் உடலுறவா போய் இருக்கும். நல்ல புரிதல் வரட்டும் முத-லில், இது தானா நடக்கும். "

காலையில் மாறன் எழுந்ததும் மதி அறைக்கு வந்து இருந்தான். மிஸ்டு கால் விட்டு இருந்ததால் மதியை எழுப்பி விட்டான். மதி கதவை திறக்க,

" மாறா.. வா உள்ள.. "

" இல்ல வேண்டாம்... நீ மாடிக்கு வா போலாம். "

" சரி வா.. "

இருவரும் மாடிக்கு வர, உடற்பயிற்சி செய்து கொண்டு இருந்த பாரி இருவரையும் பார்த்து புன்னகை செய்ய, மாறன் முகத்தில் இருந்த தவிப்பு பாரிக்கு புரிந்தது. இருவரும் காலை வணக்கம் சொல்லிவிட்டு நிற்க, பாரியும் காலை வணக்கம் சொல்லி, இருவருக்கும் தனிமை கொடுத்து கீழே சென்று இருந்தான்.

" என்னாச்சு மாறா? "

" நான் இந்த ஆஃபரை வேண்டாம் சொல்லிடவா? "

" பைத்தியம் மாறி பேசாத, நம்ம ரெண்டு பேருக்கும் இது ரொம்ப முக்கியம். "

" இல்லடா இனியா.. " மாறன் இரவு அறையில் நடந்ததை சொல்ல, மதியும் சொல்ல, மாறன் இன்னும் கலங்கி போய் இருந்தான்.

" என்னால உங்களுக்கும் பிரச்சனை. இது தொடர் சங்கிலி மதி.. என் ஒருத்தன் வேலைக்காக வலியை உங்க மூணு பேருக்கும் தர சொல்றியா? " இது வேண்டாம்."

" இன்பா புரிஞ்சுக்கிட்ட மாறி இனியாவும் எடுத்து சொன்னா புரிஞ்சுக்க போறா, நான் பேசறேன். இல்ல இன்பா பேசறேன் நேத்து ராத்திரியே சொன்னா, சரி பண்ணிடலாம் கவலையை விடு.. " மதி நம்பிக்கை தர,

மாடியில் இருந்து இறங்கி வந்த பாரி, இனியாவை எதிரில் பார்த்து புன்னகை சிந்த, அவளின் முக வாட்டமே ஏதோ சொல்ல, தங்கையை அவன் அறைக்கு அழைத்து சென்று இருந்தான். இனியாவை தேடி வந்த இன்பா, பாரி அவன் அறைக்கு இனியாவை அழைத்து செல்வதை பார்த்து பின்னே வர, இன்பாவையும் உள்ளே அழைத்து, தங்கைகள் சொல்ல அவர்களின் பிரச்சனையை கேட்டவன் இருவரையும் முறைக்க, அவர்களோ தலை கவிழ்ந்து அமர்ந்து இருந்தனர்.

" பைத்தியமா ரெண்டு பேருக்கும்? கொஞ்சம் கூட எதையும் புரிஞ்சுக்காம இப்படி அவங்க ரெண்டு பேரையும் காயப்படுத்தி இருக்கீங்க. மாறன் இந்த முடிவுக்கு வர எவ்ளோ யோசிச்சு இருப்பாரு? அவரும் தானே மதியை, அத்தையை விட்டு போகனும்? அதை விட கல்யாணம் பண்ணிட்டு பொண்டாட்டியை யாரும் விட்டு போவாங்களா? அது ஈசியா? போ... போய் வெற்றிகிட்ட கேளு.. அவன் அத்தை பொண்ணை ஊரில் விட்டு இங்க வேலைக்காக வந்து எப்படி தவிக்கிறான் தெரியும். "

" இல்ல தெரியாம தான் கேக்கறேன்.. மதியும் மாறனும் இந்த முடிவை சொல்லி தானே கல்யாணம் பண்ணிக்க கேட்டாங்க? அப்போவே வேண்டாம் சொல்லி இருந்தா இந்நேரம் வேற மாப்பிள்ளை பார்த்து இருக்கலாமே? யாருக்கும் கஷ்டம் இருந்து இருக்காதே? "

" பாரிண்ணா.. "

" என்ன? அவ்ளோ விருப்பம் இருந்தது தானே? அப்புறம் ஏன் இப்போ கவலை?

உனக்கோ இல்ல இன்பாக்கோ இப்படி ஒரு வாய்ப்பு வந்து அதுக்காக பிரிய வேண்டிய சூழ்நிலை வந்தா மாறனும் மதியும் உங்களுக்காக வருவாங்களா மாட்டாங்களா? "

இருவரும் அந்த கேள்வியில் தலை குனிய, இனியா அவளின் தவறு புரிந்து அழ ஆரம்பித்து இருந்தாள்.

" ஒரு வருஷமா பேசறீங்க.. இந்த கேள்விக்கு பதில் எனக்கே தெரியும் ஆமான்னு.. உங்களுக்கு தெரியாம இருக்காதே? இந்த முடிவு நம்ம வீட்டில் உள்ள அத்தனை பேருக்கும் நல்லதை தான் செய்து இருக்கு தெரியுமா? ரெண்டு வருஷம் கல்யாணம் தள்ளி போய் இருந்தா ரெண்டு வருஷம் பிரிஞ்சி இருந்து இருப்பீங்களா? அதும் கல்யாணம் ஆகாம? அம்மா அப்பாக்கு எவ்ளோ மன கஷ்டம்? மதியும் ரெண்டு வருஷம் கல்யாணத்தை தள்ளி போட்டு இருப்பார் தானே? பார்வதி அத்தைக்கும் அதே மனகஷ்டம் இருக்கும் தானே? தமிழ் அண்ணாக்கும் கல்யாணம் ரெண்டு வருஷம் தள்ளி போய் இருக்கும். தேவா அண்ணியும் காத்து இருந்து இருக்கணும். அதே இப்போ? அப்பா, அம்மா, அத்தை எல்லாரும் மன நிம்மதி. உங்களுக்கு துணையா அவங்களும், மதிக்கும் மாறனுக்கும் துணையா நீங்களும் இருப்பீங்கன்னு நிம்மதி. தமிழ் அண்ணா பொறுப்பு முடிஞ்சு நிம்மதியா கல்யாணம் பண்ணிக்க போறார். "

" நீங்க பிரிஞ்சி இருக்கணும் வலி தான் புரியுது. அதும் கொஞ்ச நாளுக்கு தான். குடும்பத்தில் எல்லாரோட சந்தோசமும் முக்கியம் தானே? நான் நித்தியை கல்யாணம் பண்ண சம்மதம் சொன்னேன் ஏன்? என் குடும்பமும் அவங்க சந்தோசமும் எனக்கு முக்கியம். மாறனும் மதியும் செய்தது இதை தான்.. நம்ம வீட்டில் உள்ள எல்லாரையும் அவங்க குடும்பமா பார்க்கிறாங்க.. நீங்க ரெண்டு பேரும் உங்க வலியை மட்டும் பார்த்து, காயப்படுத்தி இருக்கீங்க. "

" இப்படி நல்ல மாப்பிள்ளைங்க கிடைப்பாங்களா? என் தங்கச்சிங்க ரெண்டு பேரும் சமத்து, பக்குவமான பொண்ணுங்கன்னு நினைச்சுட்டு இருந்தேன். என்னடா இது? இது நம்ம குடும்பம். ஒருத்தருக்கு ஒருத்தர் உதவி செய்து ஒன்னா இருக்கணும். முக்கியமா மாறனுக்கு நீயும், மதிக்கு இன்பாவும் நல்ல துணையா இருக்கணும். இப்படி குழந்தை மாறி பக்குவம் இல்லாம அழுதா மாறனும் மதியும் என்ன செய்வாங்க? " பாரி இனியாவின் கண் துடைத்து விட, இனியா அவன் இடை பிடித்து வயிற்றில் முகம் புதைக்க, மாறன் அவனை பின் இருந்து அணைத்து கொண்டான்.

இனியாவை விலக்கி பாரி திரும்ப, மதியும் மாறனும் கட்டிக்கொள்ள, பாரியும் கட்டிக்கொண்டான்.

" தாங்க்ஸ் மச்சான்.. என் மனசை நீங்க புரிஞ்சு வெச்சு இருக்கிறது சந்தோசமா இருக்கு. " மாறன் குரல் கலங்கி இருக்க, பாரி தோள் தட்டி தர சமாதானமாகி இருந்தான்.

" அதுக்கு தான் அன்னிக்கே பாரி மாச்சனை கல்யாணம் பண்ணிக்க கேட்டேன். பாரு.. வயிறும் மனசும் ஒரே நேரத்தில் நிறைய வைக்கிற மனுஷன். யாருக்கு கொடுத்து வெச்சு இருக்கோ " மதி சிரிக்காது கூற, இனியா, பாரி, மாறன் மூவரும் சிரித்து இருக்க, இன்பா மட்டும் மதியை கிள்ளி வைத்து இருந்தாள்.

" முதல் நாளே வாயை கொடுத்து வாங்கி கட்டாத டா மதி " மாறன் புன்னகையோடு கூற, இன்பா முகம் திருப்பிக்கொண்டு செல்ல,

" இன்பாக்கு என் மேல இருக்கிற காதல் எல்லாம் அந்த முறைப்பில் தெரியுது இல்ல? " மதி கேட்க, பாரி சிரித்து கொண்டே வெளிய செல்ல, மதியை கண் காட்டி அழைத்து சென்று இருந்தான். மதியும் சென்று விட, மாறனிடம் மன்னிப்பு கேட்டு இருந்தாள் இனியா. மாறன் அவள் நெற்றியில் முத்தமிட்டு மன்னிப்பு கொடுக்க, அங்கே நிலைமை சகஜமாகி இருந்தது. பாரி அன்னையிடமும், ஜோதியிடமும் விஷயத்தை கூறி தங்கைகள் இருவருக்கும் அறிவுரை கூற சொல்ல,

" அதான் அம்மாவா நீயே இத்தனை சொல்லி இருக்கியே பாரி? இதுவே அவங்களுக்கு போதும். அப்புறம் பாரி உன் பொண்டாட்டி அந்த யூடியூப்காரி அதிஷ்டம் பண்ணவ தான். இத்தனை பக்குவமான பையன் லேசுல கிடைக்குமா? "

" அவ பேரு மதுரா.. அவ கிடைச்சா நானும் அதிர்ஷ்டக்காரன் தான்... " பாரி சொல்லிவிட்டு செல்ல, ஜோதி அவள் கிடைக்க வேண்டும் என மனதார வேண்டிக்கொண்டாள்.

12

தேடல் - 12

அடுத்த நாள் காலையில் இரு ஜோடிகளும் எழுந்து வர தாமதமாக, இனியா, இன்பாவின் முகம் பார்த்து வந்த ஜோதி அன்னத்தை பார்த்து புன்னகையோடு தலையசைக்க, அவரும் தலையசைத்து அடுத்து வேலைகளை பார்க்க சென்று இருந்தார்.

பாரி அண்ணனின் நிச்சய வேலைகளை பார்க்க ஆரம்பித்து இருந்தான். தமிழ் இப்போது அவன் கூட்டில் இருந்து வெளி வந்து இருக்க, மதி - மாறன் இருவரோடும் நட்பு கொண்டு இருந்தான். மதி அடிக்கடி தமிழை கிண்டல் செய்து அவனை வெட்கப்பட வைத்து கொண்டு இருந்தான். மறுவீடு செல்லும் முன் தமிழின் நிச்சயம் முடிக்க வேண்டிய கட்டாயம் இருக்க, பாரியும் அவன் நண்பன் வெற்றியும் வேலையை முடித்து இருந்தனர்.

அன்று தமிழ் செல்வனின் நிச்சயம்,

பாரியோடு மதியும் மாறனும் உதவி கொண்டு இருக்க, மண்டபத்தில் சொந்தங்களை வரவேற்று கொண்டு இருந்தார் ரவி சந்திரன். முதலில் நலங்கு நடக்க, பின் இருவருக்கும் நிச்சய உடை கொடுத்து மாற்றி வர சொல்லி இருந்தனர். இருவரும் மாற்றி வர திருமண தேதி அறிவிக்கப்பட்டு, ஒரு மனதாக அந்த நாள் சொந்தங்களால் ஏற்றுக் கொள்ளப்பட்டு சபையில் கூறி, உறுதி செய்து கொண்டனர். நிச்சய

பத்திரத்தில் சொந்தங்கள் சாட்சி கையெழுத்து போட, தட்டை மாற்றி கொண்டனர். பின் தமிழ் தேவாவின் விரலில் மோதிரம் அணிவிக்க, தேவா தமிழின் கையில் மோதிரம் அணிவிக்க, நண்பர்கள் கூட்டம் வாழ்த்து சொல்லி கிண்டல் செய்ய, இருவரும் பெரியவர்களிடம் ஆசிப்பெற்று கொண்டனர்.

விருந்து ஆரம்பித்து இருக்க, தமிழ் உடன் தேவா அருகில் உணவு உண்ண அமர்ந்தாள். தமிழின் கூச்ச சுபாவம் அறிந்த அன்னம் இருவருக்கும் பரிமாற சொல்லி பாரியை அனுப்பி விட, தேவா முகத்தில் ஏனோ ஒளி போனது. தமிழ் பாரி பரிமாறுவது பார்த்து நிம்மதியாக உணவு உண்ண ஆரம்பிக்க, தேவா பாரி வைக்க வருவதை தவிர்க்க, தமிழ் கேள்வியாக பார்த்தான். தேவா எதுவும் சொல்லாது தலை குனிந்து கொள்ள, பாரிக்கு தர்மசங்கடமாக போய் இருந்தது. அக்கம்பக்கம் சுற்றி பார்த்தவன் வெற்றி பக்கத்து பந்தியில் மதிக்கும் மாறனுக்கும் பரிமாறி கொண்டு இருப்பதை பார்த்து, அவனிடம் சென்று அண்ணா - அண்ணிக்கு பரிமாற சொன்னான். இருவரும் இடம் மாறி கொள்ள, தேவா இப்போது உண்ண ஆரம்பித்து இருக்க தமிழுக்கு கொஞ்சம் நிம்மதி வந்தது.

" என்னாச்சு தேவா? பாரி பரிமாறினது உனக்கு பிடிக்கலையா? இல்ல வேற எதும் காரணமா? " தமிழ் கேட்கவும் அவன் முகம் பார்த்தவள்,

"அது.. எதோ கூச்சமா இருந்தது அதான். " தேவாவின் பதிலில் தமிழ் புன்னகைக்க, இருவரையும் புகைப்படம் எடுக்க வேண்டும் என சூழ்நிலையை அழகாக்கி இருந்தான் வெற்றி.

அங்கே சொந்தத்தில் உள்ள ஒரு உறவுக்கார குழந்தைக்கு உணவு எடுக்க சமையல் கூடம் வந்த நித்தி, பாரியை பார்த்து புன்னகையோடு,

" ரொம்ப நன்றிங்க. அன்னிக்கு நீங்க வந்து பேசாம போய் இருந்தா எல்லாருக்கும் கஷ்டமா போய் இருக்கும். இப்போ சந்தோசமா இருக்கு. அக்காக்காக உங்களை கொஞ்சம் திட்டினேன். சாரி. " நித்திஷா கூறவும், பாரியும் பதிலுக்கு நன்றி கூறி இருந்தான்.

" உங்க லவ்வர் லக்கி.. உங்களை யாரும் மிஸ் பண்ண மாட்டாங்க.. "

" உங்க நல்ல மனசுக்கு, உங்களை துணையா அடைய போறவரும் லக்கி தான். "

இருவரும் பேசி நகர, வெற்றி அவனை கேள்வியாக பார்க்க, விஷயம் என்ன-வென சொல்லிவிட்டு பாரி அடுத்த வேலையை பார்க்க நகர்ந்து இருந்தான். நிச்ச-யம் இனிதே முடிந்து இருக்க இன்னும் ஒன்றரை மாதத்தில் திருமணம் என முடிவு செய்து இருந்தனர். தமிழ் திருமணம் முடித்து, மாறனும் - இனியாவும் அமெரிக்கா செல்வது என முடிவு செய்து இருப்பதால் திருமணத்தை சீக்கிரம் வைத்து இருந்-தனர்.

பாரி தான் மிகவும் சோர்ந்து போனான். விடாது வேலைகள் துரத்த, மெடிக்கல் லீவ் எடுத்து கொண்டான். அடுத்த வாரத்தில் பத்திரிக்கை வந்து இருக்க, பத்தி-ரிக்கை கொடுக்க தாயோடு வெளியில் சென்று வந்தான். முகூர்த்த பட்டு எடுக்க சென்ற போதும் தேவா பாரியிடம் பேசவில்லை. நித்தி பேச அவளையும் திட்டி இருந்தாள். பாரிக்கு சங்கடம் எல்லாம் இது வீட்டில் உள்ள அனைவருக்கும் தெரிந்து மீண்டும் புது பிரச்சனை எதுவும் வர கூடாது என்பது தான். இவனை ஒருத்தி தவிர்க்கிறாள் என்றால் வீட்டில் அனைவரும் அவளை தவிர்க்க வாய்ப்பு உண்டு. அதனால் பாரி ஒதுங்கி கொண்டான் வேலை என தேவா கண் முன் வருவதை தவிர்த்து கொண்டான்.

இனியா - இன்பா இருவரும் படிக்க வேண்டும். இறுதி பரிட்சை என ஒரு பக்கம் இருக்க, இன்னொரு பக்கம் இனியா மாறனை பிரிந்து இருந்தாள். மதியும் இன்-பாவை இனியாவுக்கு துணையாக கோவையில் விட்டு பெங்களூர் சென்று இருந்-தான். தமிழ் தான் வீட்டில் இருக்கும் தங்கைகளை பார்த்து கொண்டான். வேகமாக நாட்கள் நகர, தமிழ் செல்வனின் திருமண நாளும் வந்தது. மாறன் ஆன்லைன் மூலம் திருமணத்தை பார்க்க, மதி அன்னையோடு திருமணத்துக்கு ஒரு வாரம் முன்பே வந்து இருந்தான்.

சுபமுகூர்த்த சுபதினத்தில், பெற்றோர் பெரியோர் ஆசி பெற்று, சொந்தங்கள் இறைவனை வேண்டி அட்சதை தூவ, நட்புகள் வாழ்த்து சொல்ல, கெட்டிமேளம் முழங்க, தமிழ் செல்வன் திருமாங்கல்யத்தை தேவதர்ஷினியின் கழுத்தில் சேர்த்து இருந்தான். ரவிக்கும் - அன்னத்திற்கும் மன நிறைவில் ஆனந்த கண்ணீர் வர, பாரியும் அதை பார்த்து கண்கள் கலங்க, மண மேடையில் இனியா - இன்பா என அனைவரும் ஆனந்த கண்ணீர் சிந்தி இருந்தனர். பின் சடங்குகள் முடிய, மாடியில் உள்ள அறையை தமிழுக்கு மாற்றி கொடுத்து இருந்தனர். தேவா உடன் இனியா இருக்க, இன்பாவும் ஜோதியும் முதலிரவு அறையை தயார் செய்து இருக்க, தேவா வீட்டில் அனைவரோடும் கலந்து கொண்டாள். மாறன், மதி இரு-

வரும் அவளை அக்கா என அழைக்க, அவளும் இருவரையும் தம்பிகள் என ஏற்றுக் கொண்டாள். பாரி அனைத்தும் பார்த்து மகிழ்ந்து இருந்தும், அண்ணியிடம் இருந்து ஒதுங்கி இருந்தான்.

அன்று இரவும் அனைவரும் சீக்கிரம் அறைக்கு சென்று இருக்க, பாரி மட்டும் அலைபேசியோடு அமர்ந்து கொண்டான். அவளின் வீடியோ வருவது இல்லை. குரல் கேட்டு நீண்ட நாளாகி இருக்க, அவனுக்கு என அவள் முதலில் முதலில் பேசி இருந்த வீடியோவை ஓட விட்டு கேட்டான்.

அதில் அவள் வணக்கம் சொல்லவும் கண்கள் நீர் கோர்த்துக் கொண்டது.

வணக்கம் மதுரம் நேயர்களே,

இன்று நம் நேயரான பி.வி என்பவர் கேட்டு இருக்கும் கேள்விக்கான விடையை பார்ப்போமா? பதிலுக்கு முன் அவரின் கேள்வியை சொல்ல வேண்டும் அல்லவா? இதோ அவரின் கேள்வி? லட்சியத்தை அடைய என்னென்ன செய்ய வேண்டும்? அத்தனை மனிதர்களின் வாழ்விலும் ஒரு லட்சியம் இருக்க வேண்டும். லட்சியம் அற்றவன் அரை மனிதன். அப்படிப்பட்ட லட்சியத்தை அடைய நாம் என்ன செய்ய வேண்டும்.

1. முதலில் உங்களின் லட்சியம் என்னவென எழுதி உங்களின் கண்முன்னே படுவது போல மாட்டி விடுங்கள். கண்ணில் நிறையாத எதுவும் கருத்திலும் நிறையாது. கண்ணில் பார்க்கும் போது தான் அதற்கான முயற்சியை செய்வோம். உங்களின் மடிக்கணினி, செல்போன் வால்பேப்பர்களில் கூட இதை வைத்து கொள்ளலாம்.

2. உங்களின் மீது நீங்களே பொறுமையாக இருங்கள். இன்றே ஏன் செய்யவில்லை என உங்களை நீங்களே கேள்வி கேட்டு அழுத்தத்தில் தள்ளாதீர்கள். புகழ் பெற்ற ரோம் நகரம் ஒரு நாளில் உருவாகவில்லை. எதற்கும் அதற்கான நேரத்தை கொடுத்தே ஆகவேண்டும். உங்களின் லட்சியம் அடையும் செயல்கள் சிறிதாக கூட இருக்கட்டும். பொறுமையாக இருங்கள்.

3. உங்களின் லட்சியதிற்கு என நேரம் ஒதுக்குங்கள். வாரத்தில் ஒரு நாள், அல்லது ஒரு மணி நேரமாவது உங்களின் லட்சியதிற்கு என ஒதுக்குங்கள். லட்சியம் நோக்கி செல்ல, அதற்கான எதையும் புதிதாக கற்க என அந்த நேரம் உங்களின் லட்சியம் பற்றியதாக இருக்க வேண்டும்.

4. உங்களின் லட்சியம் அடைய நீங்கள் செல்லும் பாதையில் உங்களுக்கு கிடைக்கும் சிறு வெற்றி என்றாலும் அதை கொண்டாடுங்கள். எடுத்துக்காட்டு சொல்ல வேண்டும் என்றால், எங்களின் இந்த யூடியூப் பயணத்தில் 100 சந்தார்தர்கள் பெற்றதை நாங்கள் கொண்டாடினோம். அப்படி தான் ஒவ்வொரு நூறு பேர் மதுரம் குடும்பத்தில் இணையும் போது கொண்டாடுவோம். சிறு சிறு வெற்றியின் கொண்டாட்டங்கள் உங்களை லட்சியம் நோக்கி முன்னேற்றி செல்லும்.

5. பாதையில் விழும் தடை கற்கள் பெரிய தோல்விகள் இல்லை. அது பாதையை அடைத்து இருப்பது போல தெரியலாம். ஆனால் அந்த கற்களை நம்மால் அகற்ற முடியும். லட்சியம் நோக்கி செல்லும் போது தடைகள் வந்தே தான் தீரும். ஆனால் அது முடிவல்ல. முன்னேற்றம். ஒரு வழி அடைத்தால் மறு வழி பிறக்கும்.

6. யாராவது உங்களை, உங்களின் செயல்களை பற்றி விமர்சனம் செய்தால் அதை உங்களின் ஆழ் மனதிற்கு கொண்டு சென்று விடாதீர்கள். பின், நீங்கள் லட்சியம் பற்றி யோசிக்காது, விமர்சனம் பற்றியே யோசித்து கொண்டு இருப்பீர்கள். விமர்சனங்களை கேட்க வேண்டும் தான். உங்களின் தவறை சுட்டி விமர்சனங்கள் வந்தால் ஏற்றுக்கொள்ளுங்கள். அந்த தவறை திருத்திக்கொண்டு உங்களின் லட்சியம் அடைய அடுத்த அடியை வையுங்கள்.

7. உங்களின் லட்சியம் அடைய, உங்களின் லட்சியம் சார்ந்த மக்களோடு வேலை செய்யுங்கள். உங்களின் லட்சியம் பற்றி அறிந்தவர்களாக, உங்களை அந்த லட்சியம் நோக்கி அழைத்து செல்பவர்களாக அவர்கள் இருக்க வேண்டும்.

இவை அனைத்தும் தான் லட்சியம் நோக்கி செல்பவர்கள் செய்ய வேண்டியது. கூடவே, உங்களின் நேரத்தை வீண் செய்யாதீர்கள், சோஷியல் மீடியா உள்ளே மூழ்கி போகாதீர்கள். எதுவும் அளவுக்கு மீறி நஞ்சு தான். நம் நேரத்தின் அருமை நாம் அறிய வேண்டும். உங்களின் லட்சியம் ஈடேற எங்களின் மனமார்ந்த வாழ்த்துக்களையும், இன்று பேச நல்லதொரு தலைப்பு கொடுத்த பி.வி சார் அவர்களுக்கும், இத்தனை நேரமும் பொறுமையாக என் கருத்துகளை கேட்ட மதுரம் நேயர்களுக்கும் நெஞ்சார்ந்த நன்றிகள்.

பாரி இரு முறை கேட்டு விட்டு, அவனின் மின்னஞ்சல் திறக்க, மதுராவிடம்

இருந்து புது லிங்க் மற்றும் பதில் வந்து இருந்தது.

வணக்கம்,

பி.வி சார் நான் நலம். நீங்களும் நலம் என நம்புகிறேன். பெண் எனக்கு பொறுப்புகள் அதிகம் அல்லவா? அதனால் சிறிது காலம் இடைவெளி விட வேண்டிய அவசியம் ஏற்பட்டு உள்ளது. அதனால் இன்னும் சில காலம் உங்களை விட்டு பிரிய தான் வேண்டும். கடமைகள் முடித்து விரைவில் மீண்டும் வீடியோ பதிவேற்றுவோம். அன்புக்கு நன்றி.

அந்த லிங்கிலும் அதே செய்தியை தான் வாசகர்களுக்கு கொடுத்து இருந்தாள். பாரியின் மனம் கலங்கி போனது. அவளின் பதில் கிடைத்தது நிம்மதி என்றாலும் இந்த செய்தி அவனை கலங்க செய்து இருந்தது. இத்தனை நாள் யோசனையில் இருந்தவனுக்கு இன்று காதலை சொல்லி விட வேண்டும் என தோன்றியது. கடமை என அவள் குறிப்பிட்டு சொன்னது அவளின் திருமணமாக கூட இருக்கலாம்.

இந்த காதல் கைகூட வாய்ப்புகள் குறைவு என அறிந்து இருந்தான் தான். ஆனால் காதலை சொல்லும் முன்னே இப்படி எல்லாம் நடக்கும் என அவன் எதிர்பார்க்கவே இல்லை. அவள் மறுப்பே தெரிவித்தாலும் சரி என அவன் காதலை சொல்ல முடிவு செய்து இருந்தான்.

வணக்கம் மதுரா,

நான் பி.வி, எனக்கு உங்ககிட்ட ஒரு விஷயம் சொல்லணும். கேக்குற உங்களுக்கு இது பைத்தியக்காரத்தனமா கூட தெரியலாம். ஆனா இது என் வாழ்க்கையில் முக்கியமான விஷயம். நமக்குள்ள மரியாதையான நட்பு இருக்குன்னு உங்களுக்கு தெரியும். அதையும் தாண்டி எனக்கு உங்க மேல காதல். முதலில் குரல் மேல வந்த ஈர்ப்பு. அதுக்கு அப்புறம் உங்க மேல, மதுரா குரல் கேட்க தான் இந்த சேனலில் இருக்கேன். மதுரா உங்க குரலில் தான், நான் வாழ்ந்துட்டு இருக்கேன். I'm in love with you மதுரா அண்ட் I love you உங்களுக்கு இதில் மறுப்பு கூட இருக்கலாம். ஆனால் எனக்கு என் காதலை சொல்லணும் தோணுச்சு. என்னை பத்தி நிறைய சொல்லணும், நல்ல படிப்பும் வேலையும் அழகான ஒரு குடும்பமும் எனக்கு உண்டு. உங்க விருப்பம் எதுவா இருந்தாலும் ஒரு வார்த்தையிலாவது பதில் சொல்லுங்க காத்து இருக்கேன்.

காதலுடன்,
பி.வி

பாரி மனத்தில் உள்ளதை எழுதி அவளுக்கு அனுப்பி இருந்தான். மிக சுருக்கமாக எளிமையாக சொல்லிவிட்டான் என்றாலும் அவன் மனம் படும்பாடு அவனுக்கு தானே தெரியும். அவனே பித்து பிடித்தவன் போல சுற்றிக்கொண்டு இருக்க, அடுத்த துக்கமாக தங்கைகள் இருவரும் புகுந்த வீடு செல்ல இருந்தனர். அதுவும் இனியா அமெரிக்கா செல்ல இருக்கிறாள் என தோன்ற, பாரி அவன் காதலை தள்ளி வைத்து விட்டு, தங்கைகளை திடமாக செய்வதில் கவனத்தை பதித்து இருந்தான். பாரி முன்பே ஒரு வருட கலினெரி வகுப்பு பயில அமெரிக்கா சென்று வந்து இருக்கிறான் என்பதால், இனியாவை அதற்கு தயார் செய்து இருந்தான். கூடவே தங்கைகள் இருவருக்கும் கார் ஓட்டா கற்றுக்கொடுத்து இருந்தான்.

13

தேடல் - 13

அதே நேரம் தங்கைகளின் பரிட்சை தொடங்கி இருந்தது. இருவரையும் காலையும் மாலையும் அழைத்து சென்று வருவது பாரியின் வேலையாக மாறி இருந்தது. மெல்ல நாட்கள் நகர்ந்தது. தினம் அலைபேசியில் மின்னஞ்சல் பார்ப்பான். அவளின் பதில் வந்திருக்காது. காத்து இருப்போம் என அமைதியாக இருந்து விடுவான்.

பாரி இரவில் படிக்கும் தங்கைகளுக்கு காஃபி போட்டு கொடுத்தான். இனியா மாலை வேளையில் மாறன் உடன் பேசிக்கொள்வாள். இன்பா எப்போதும் போல காலை மாலை என காதல் வளர்த்து கொண்டாள். தமிழ் அதிகம் நேரம் வீட்டில் இருக்காது தவிர்த்தான். அதை புரிந்து கொண்ட பாரி, அம்மாவிடம் பேசி, அப்பாவின் அனுமதி பெற்று கூர்க் ஹனிமூன் செல்ல இருவருக்கும் ஏற்பாடு செய்து இருந்தான். தமிழ் கையில் அன்னம் டிக்கெட் கொடுக்க, தேவாவின் ஆனந்தம் இருமடங்காக இருந்தது.

தமிழிடம் விவரங்கள் சொன்ன பாரி, அவர்களை பத்திரமாக போய் வர சொல்ல, தமிழ் தங்கைகள் இருவரும் செல்லாது இருக்கும் போது எப்படி என தயங்க,

" அண்ணா மாறன் அமெரிக்கா கூப்பிட்டு போன அப்புறமும் தான் சொல்லிட்டார். மதி டார்ஜீலிங் போக போறதா சொல்லிட்டார். நீங்க போய்ட்டு வாங்க. நான் எல்லாத்தையும் பார்த்துக்கறேன்." பாரி விளக்கி சொல்லவும் தமிழ் சரியென கூற,

பாரி அவர்களை தேன் நிலவுக்கு அனுப்பி இருந்தான்.

இங்கே இனியா அமெரிக்கா கிளம்பி இருக்க இனியாவை விட்டு வர மதியன், இன்பா, பாரி மூவரும் கிளம்பி இருந்தனர். அமெரிக்கா விஸ்கான்சினில் உள்ள மேடிசன் நகரில் மாறன் அவர்களுக்கு என ஒரு ஸ்டுடியோ அபார்ட்மென்ட் ஒன்றை வாடகைக்கு எடுத்து இருந்தான்.

நேராக விமான நிலையத்தில் இன்பாவை கண்ட மதியன் பிரிவு துயரில் அவளை அணைத்து இருக்க, இனியா புன்னகையோடு தலை திருப்பி இருக்க, இன்பா சட்-டென விலகி இருந்தாள். பாரி அவர்களை காணாதது போல நடந்து கொண்டான். விமானம் உள்ளே வந்து மதியே இன்பாவை பார்த்து கொள்ள, இனியாவை தன்-னோடு அமர்த்திக்கொண்டு அவர்களுக்கு தனிமை கொடுத்து இருந்தனர் அண்-ணனும் தங்கையும்.

தங்கைகளுக்கு முதல் விமான பயணம் என்பதால் என்ன செய்ய வேண்டும் என சொல்லி கொடுத்தான். பயணம் முடிந்து அமெரிக்க மண்ணை தொட்டு இருக்க, மாறன் அவர்களை அழைத்து செல்ல வந்து இருந்தான். முதலில் மதியை அணைத்து கண் கலங்கி இருக்க, நாகரிகம் கருதி அவர்கள் முன் இனியாவின் கையை மட்டும் பிடித்து கொண்டான். அந்த ஸ்டுடியோ இல்லத்தின் உள்ளே வந்த இன்பாவும் இனியாவும் ஒருவரை ஒருவர் பார்த்து கொள்ள, பாரி அவர்களை கண்டு சிரித்து இருந்தான்.

" இது ஸ்டுடியோ அபார்ட்மென்ட். அடிப்படை வசதி மட்டும் தான் இருக்கும். இனியா - மாறன் மட்டும் தானே? ரெண்டு பேருக்கு இதுவே போதும். " பாரி புன்னகையோடு கூற,

" வீட்டுக்கு யாரும் வந்தா எங்க தங்க சொல்றது? " இனியா கேட்க,

" ஆமா யார் வர போறாங்க? நீங்களே ஒன்னு அல்லது ரெண்டு வருஷம் தானே இருக்க போறீங்க? " பாரி கேட்க,

" இனியா இதுக்கே நான் 1200 டாலர் வாடகை தரணும். நம்ம ஊரில் 84 ஆயிரம் ரூபாய் இதுக்கு மேல பெருசா நமக்கு எதுக்கு இதுவே அதிகம் தான். ஆனா ரொம்ப அடைஞ்ச மாறி வேண்டாம். நீ தனியா வேற இருக்கணும் உனக்கு எல்லா வசதியும் வேணும் தான் இங்க வீடு பார்த்தேன். கொஞ்சம் அட்ஜஸ்ட் பண்ணு மா "

" கொஞ்ச நாள் பார்ப்போம். எனக்கு பழகினதும் இதை விட சின்ன இடம் இருந்தா கூட போதும். நம்ம மாறி போகலாம் வாடகை கூட கம்மியா தர மாறி ஓகே வா " இனியா சொல்ல மாறன், மதி, பாரி என மூவருக்கும் புன்னகை.

" முதலில் எல்லாரும் ஃப்ரெஷ் ஆகுங்க. " மாறன் சொல்ல, இன்பா குளிக்க செல்ல, மாறனுக்கு தனிமை தர மதியும் அவளோடு படுக்கை அறைக்கு சென்று இருந்தான். மாறன் - இனியா இடையில் நந்தி போல நின்று இருப்பதாக பாரி உணர,

" நான் அப்படியே வெளிய போய் சுத்தி பார்த்திட்டு வரேன். நீங்க எல்லாரும் ஃப்ரெஷ் ஆகுங்க. " மாறன் சரியென சொல்ல, பாரி வீட்டை விட்டு வெளியே வரவும் தான் அவனுக்கு மூச்சே வந்தது. அங்கே பாரியின் தலை மறைய தன்னவளை அணைத்து இருந்தான் மாறன். இனியாவின் கண்கள் கலங்க, மன்னிப்பு கூறி அவளின் நெற்றியில் முத்தமிட்டு இருந்தான்.

பாரி அங்கு உள்ள இடங்களில் சுற்றி விடுதியில் அவனுக்கு என ஒரு அறை எடுத்து கொண்டான். ஒரு மணி நேரம் கழித்து இல்லம் வந்தவன் உணவும் வாங்கி வந்து இருக்க, பாரியும் குளித்து வர உணவை உண்டு இருந்தனர். இன்பா, இனியா இருவருக்கும் உணவு பிடிக்கவில்லை. பாரி இருவருக்கும் பழரசம் செய்து கொடுத்து இருந்தான். நால்வரும் பேசிக்கொண்டு இருக்க, பாரி சமையல் அறை சென்று ஆராய,

" எனக்கு சமைக்க தெரியாது மச்சான். பேன்ட்ரி சுத்தமா தான் இருக்கும். " மாறன் கூற, பாரி புன்னகையை பரிசாக தந்தான். மீண்டும் அவன் கிளம்ப,

" என்ன அண்ணா எங்க போற? " இன்பா கேட்க,

" இந்தியன் ஸ்டோர் போய்ட்டு வரேன். இப்பவே நீங்க சரியா சாப்பிடல, ராத்திரி நம்ம சமைப்போம். நீங்க எல்லாரும் ரெஸ்ட் எடுங்க. "

" நான் கூட வரவா மச்சான்? " மதி கேட்க,

" இல்ல வேண்டாம். நாலு பேரும் ஒருத்தரை ஒருத்தர் மிஸ் பண்ணி இருக்கீங்க. உங்களுக்கு பேச நிறைய இருக்கும். நான் ராத்திரி வந்து பேசறேன். " பாரி கூற,

மதியும் மாறனும் தலையசைத்து விடை தர கிளம்பி இருந்தான்.

நான்கு மணி நேரம் கழித்து வந்தவன் பொருட்களை அடுக்க, இனியாவிடம் எது எத்தனை நாள் வரும் என்ன செய்ய வேண்டும் என கூறி ஒரு கையேடில் குறிப்பு எழுதி கொடுத்தான். பால் மற்றும் நிறைய பழங்களை வாங்கி வந்து
இருந்தான். அவளுக்கு என அந்த நாட்களில் தேவைப்படும் சானிடரி நாப்கின் முதல் வாங்கி வந்து இருந்தான். இரவு உணவுக்கு பாரி சாப்பாடு உடன் சிக்கன் சமைக்க, அனைவரும் நன்றாக உண்டு இருந்தனர். பாரி அனைவரோடும் இரவு பத்து வரை பேசி நேரம் கழித்தவன். அவன் ட்ராவல் பேக் எடுத்து கிளம்ப,

" நான் ரூம் எடுத்து இருக்கேன் அங்க தங்கிறேன். காலையில வரேன். நீங்க எல்லாரும் தூங்குங்க குட் நைட். "

" நீ இங்கேயே இரு அண்ணா. நம்ம அட்ஜஸ்ட் பண்ணிப்போம். " இனியா கூற, இன்பா அவளின் கை பிடிக்க,

" சாரி மச்சி எங்களால உங்களுக்கு நிறைய சங்கடம் " மாறன் வருந்தி கூற, இன்பாவையும் இனியாவையும் படுக்கை அறைக்குள் போக சொல்லி பாரி சொல்லவும் இருவரும் உள்ளே சென்றனர். இன்பா அண்ணா அறை எடுத்த காரணம் சொல்ல, இனியா முகத்தில் அமைதி.

வரவேற்பு அறையில் பாரி, " நான் தான் உங்களுக்கு சங்கடம் தரேன் தோணுது. சில விஷயம் சொல்லாம தெரியணும் மாறன். என் தங்கைக்கு நீங்க துணை இருப்பீங்க தான். இனியாவை இங்க தனியா அனுப்பிட்டு என்னால தூங்க முடியாது மாறன். இப்போ சுத்தி எல்லாம் பார்த்துட்டேன். கடை எல்லாம் எங்க இருக்கு, அவளுக்கு என்ன வேணும், வேண்டாம் எல்லாம் பார்த்து வாங்கி கொடுத்து இருக்கேன். அவ இந்த இடத்துக்கும், சாப்பாட்டுக்கும் பழக இது ஹெல்ப் பண்ணும். உங்களுக்கும் கொஞ்சம் நிம்மதியா இருக்கும். வீட்டையும் வேலையையும் நீங்க ஒரே நேரத்தில் பார்க்க முடியாது இல்லையா? அதான் உதவி செய்ய வந்தேன். அதில் இந்த தங்குற விஷயத்தை மறந்துட்டேன். சாரி. நீங்க எதும் தப்பா நினைக்க வேண்டாம் மாறன், நீங்களும் தான் மதி. "

" இனியா, இன்பாவை பார்த்தா பொறாமையா இருக்கு. " மாறன் சொல்ல, பாரி மென்னகை சிந்தி விடை பெற்று இருந்தான்.

இரவு அம்மாவிடம் அனைத்தும் கூறி இருக்க, அன்னம் கண் கலங்கி இனியா-விற்கு அனைத்தும் சொல்லிக்கொடுக்க சொல்லி கட்டளை பிறப்பித்து இருந்தார். அடுத்த நாளில் அந்த அபார்ட்மென்ட் அதை சுற்றி இருக்கும் இடங்கள், இந்திய பொருள் எங்கே எல்லாம் கிடைக்கும். அங்கு இருக்கும் போக்குவரத்து முறை, அதற்கு எப்படி டிக்கெட் பெற வேண்டும், பண பரிவர்த்தனை என தங்கைக்கு சொல்லிக்கொடுக்க, இன்பாவும் கற்றுக்கொண்டாள். அதற்கு அடுத்த நாள் மாறன் - மதி இருவரும் அலுவலகம் சென்று இருக்க, பாரி தங்கைகள் உடன் புத்தகம் சிலதை வாங்க சென்று இருந்தான். இனியா வீட்டில் இருந்து வாசிக்க தன்னம்-பிக்கை கதைகள், பொழுது போக்க ஃபேண்டஸி கதைகள் என வாங்கி கொண்டு இல்லம் வந்தனர். பிறகு வந்த நாட்களில் ஜோடிகளாக நால்வரும் வெளியில் சென்று வர பாரி தங்கைகள் இருவருக்கும் சமைத்து கொடுத்தான். ஒரு வாரம் கழித்து இனியா கொஞ்சம் கொஞ்சமாக அனைத்தும் சமாளிக்க, அவளை விட்டு இந்தியா கிளம்பினார்கள்.

" நிறைய தண்ணி குடிக்கணும். நல்லா சாப்பிடணும். நிறைய பழமும் பாலும் வாங்கி வெச்சுக்க சாப்பாடு பிடிக்கலன்னா பழமாவது சாப்பிடணும். நிறைய சாக்-லேட் வாங்கி இருக்கேன். உனக்கு பிடிச்ச சத்து மாவும் இருக்கு, வயித்தை காயப்-போட கூடாது சரியா? சமத்தா மாறனுக்கு துணையா இருக்கணும். தனியா இருக்-கிற மாறி நினைச்சா அண்ணாக்கு கால் பண்ணு நம்ம கதை பேசலாம். நிறைய வாசி, நல்லா தூங்கு. உன்னையும் பார்த்துக்கோ, மாறனையும் பார்த்துக்கோ. கொஞ்ச நாள் மாறன் கூட வெளிய போ, பழகிட்டு நீயே தனியா போலாம். இந்தா இந்த பணம் உன் தனிப்பட்ட செலவுக்கு சரியா, தேவை இருந்தா அண்ணாகிட்ட சொல்லணும். முக்கியமா தைரியமா இருக்கணும். உள்ள லாக்கர் சிஸ்டமில் விசா-ரிச்சு தான் கதவு திறக்கனும். இங்க நல்ல நட்பை உருவாக்கிக்க முயற்சி பண்-ணனும். கூண்டில் அடையாம எல்லாத்தையும் தைரியமா ஃபேஸ் பண்ணு சரியா? "

அண்ணனின் பேச்சுக்கு சரி சரியென தலையாட்டி இனியா சொல்ல, பாரி தங்கை-யின் உச்சியில் முத்தம் வைத்து அழுது இருந்தான். சுற்றி இருந்த அனைவரும் கண் கலங்கி இருக்க, மாறனை பார்த்தவன் அவன் கைகளை பிடித்து,

" சின்ன பொண்ணு மாறன்.. இந்தியா தாண்டி எங்கேயும் போனது இல்ல. அவளுக்கு எல்லாமே புதுசு. கொஞ்சம் கவனமா பார்த்துக்கோங்க. நீங்களும் கவனமா இருங்க. அவ எதும் புரியாம பேசினா நீங்க தான் அவளுக்கு எடுத்து சொல்லணும். ரெண்டு பேரும் ஒருத்தரை ஒருத்தர் பத்திரமா பார்த்துக்கோங்க. சந்-

தோசமா இருக்கனும் சரியா? "

மாறனும் இனியாவும் சரியென சொல்ல, இன்பா இனியாவை அணைத்து சமாதா-னம் சொல்ல, இருவரும் சிறிது நேரம் அணைப்பில் இருந்தனர். மாறனும் மதியும் அணைத்து கொள்ள விடை பெற்று இந்தியா வந்து இருந்தனர். பெங்களூர் வர பார்வதி அவர்களை வரவேற்று உபசரிக்க, அங்கேயும் தங்கைக்கு தேவையான பொருட்கள் வாங்கிக்கொடுக்க, மதி அவனை முறைத்தான்.

" என் பொண்டாட்டிக்கு நான் வாங்கி தர மாட்டேனா? அதையும் நீங்க தான் செய்யணுமா? இது இந்தியா தான். உங்க தங்கச்சி சீக்கிரம் பழகிடுவா. அவளுக்கு துணையா எங்க அம்மா இருக்காங்க. நீங்க வொர்ரி பண்ணாதீங்க. " மதி கூற, பாரி புன்னகை செய்ய,

" இனியாவை விட இன்பா தைரியம் தான் சீக்கிரம் இங்க செட் ஆகிடுவா. ஆனா அவளுக்கும் இது அன்னிய இடம் தானே? பழக கொஞ்சம் நாளாகும். வீட்டில் தினம் எதாவது தின்பண்டம் அம்மா செய்வாங்க. கடைக்கு போய் வாங்-கின ஒரே பொருள் சாக்லேட் தான். எப்பவும் வாயில் எதாவது அரைச்சுட்டு சுத்துற ஆளுங்க ரெண்டு பேரும். சாப்பாடு மட்டும் எப்பவும் பிடிச்ச மாறியே வேணும். நம்ம ஊரில் பொண்ணுங்க கல்யாணம் ஆனதும் பிடிச்ச சாப்பாட்டை கூட மறந்துறாங்க. ஒன்னு தயக்கம், இன்னொன்னு புகுந்த வீட்டில் அந்த சாப்-பாட்டுக்கு மறுப்பு. நீங்க மறுப்பு சொல்ல மாட்டீங்க.. ஆனா என் தங்கச்சியோட தயக்கம் எனக்கு தெரியுமே? அதான் செய்றேன். நான் என் அம்மா சார்பில் வந்து இருக்கேன் மதி. அம்மாக்கு அம்மாவா, அண்ணனுக்கு அண்ணனா என் கடமையை நான் செய்ய தடை சொல்லாதீங்க. " பாரி சொன்னதை கேட்டு மதி புன்னகையோடு பார்க்க,

" மச்சி, உன் பார்வை சரியில்லையே.. " பாரி கிண்டலாக கேட்க,

மதி லவ் யூ சொல்லி கன்னத்தில் முத்தம் வைக்க, பாரி சட்டென முகத்தை மூடிக்கொள்ள, மதி வாய் விட்டு சிரித்து இருந்தான்.

" ஒரு கன்னி பையனை கற்பழிக்க பாக்கிற இல்ல? இரு என் தங்கச்சிகிட்ட சொல்றேன். "

" சீரியஸா லவ் யூ பாரி. இன்பாவும் இனியாவும் எங்களுக்கு துணையா வந்தாங்க.

ஆனால் நீங்க எங்களுக்கு அண்ணனா, நண்பனா, சில நேரம் அப்பாவா இருக்கீங்க. இதுக்கு நன்றியா சொல்ல முடியும்? அதான் லவ் யூ சொல்றேன். " மதியின் கை பிடித்து தலையசைத்து பாரியும் லவ் யூ சொல்ல, மதி வெக்கமாக முகத்தை மூடி கொள்ள பாரி இப்போது வாய் விட்டு சிரித்து இருந்தான். இன்பாவிற்கு புத்திமதி சொல்லி, விடை பெற்று இல்லம் வர தமிழும் - தேவாவும் ஹனிமூன் சென்று வந்து இருந்தனர்.

14

தேடல் - 14

சத்தமும், சண்டையும், சேட்டையும், என இருந்த வீட்டில் இப்போது பெரும் அமைதி. ஆனால் பாரியை இப்போது தேவா நேராக சந்தித்து கொண்டு இருந்தாள். அத்தனை பேர் இருந்த போது தெரியாத ஒதுக்கம் இப்போது அன்னத்தின் கண்களுக்கு நன்றாக தெரிய,

" தேவா, பாரியை ஏன் ஒதுக்கி வைக்கிற? அவனோட சகஜமா பேச விடாம எது தடுக்குது? " அன்னம் நேரடியாக கேட்டது தேவாவை பயம் கொள்ள செய்து இருந்தது.

இத்தனை நாளும் யாரின் கண்ணுக்கும் தெரியாத ஒன்றை மாமியார் கேட்கவும் விழித்தவள்,

" அது கூச்சம் அத்தை " அவளின் பதில் பொய் என அன்னம் அறிந்து கொள்ள அவருக்கு எந்த தனி திறமைகளும், ஏன் சிறு யோசனை கூட தேவைப்படவில்லை.

" பொய்.. மதி, மாறன், ஏன் முரளி கூட உன்னால சகஜமா பேச முடியும் போது ஏன் பாரி கூட முடியல அவன்கிட்ட என்ன கூச்சம்? இது கூச்சம் இல்ல ஒதுக்கம். அவன் மேல உனக்கு கோவம், வருத்தம் இருக்கலாம். ஆனா அவன் உன்

தங்கச்சிக்கு நல்லது தான் செய்து இருக்கான். தமிழுக்காக கல்யாணம் பண்ணிக்குறேன் சம்மதம் சொல்ல தான் உங்க சித்தப்பா வீட்டுக்கு போனான். அவன் மனநிலை உன் தங்கச்சிக்கு தெரியணும் தான் எல்லாத்தையும் சொல்லி இருக்கான். அவனுக்கு ஒன்னும் தெரியாத பொண்ணோட வாழ்க்கையை நாசம் பண்ண விருப்பம் இல்ல. உன் தங்கச்சி புரிஞ்சு வேண்டாம் சொல்லவும் தான். இந்த கல்யாணம் நடந்தது. ஒருவகையில் நாங்களே அவனுக்கு நெருக்கடி தான் குடுத்தோம். ஆனா அவன் அப்பவும் சரியா தான் யோசிச்சு எல்லாத்தையும் செஞ்சு இருக்கான். அவன் உன் கொழுந்தன் அவனை ஒதுக்கி இங்க நீ இயல்பா இருக்க முடியாது. முக்கியமா இது தமிழுக்கு தெரிஞ்சா நல்லது இல்ல. புரிஞ்சு நடந்துக்கோ "

தேவா சரி என தலையாட்டி சென்று இருக்க, அன்னம் முதல் வேலையாக விஷயத்தை ரவியின் காதுகளுக்கு சேர்த்து இருந்தார். பாரி இதை அறிந்து ஒதுங்கி இருக்கிறான் என சொன்னது கேட்டு, ரவிக்கு சங்கடமாக போய் இருந்தது. மறுத்த அவனை திருமணத்திற்கு வற்புறுத்தி இருந்ததே சங்கடம் தந்திருக்க, தன் கை மீறி போய்விட்ட இந்த நிகழ்வை நினைத்து வருந்தி இருந்தார். அன்னம் பாரியிடம் இதை பற்றி கேட்க, பாரி சிரிப்பை பதிலாக தர,

" நாங்க தான் தப்பு பண்ணிட்டோம். தமிழ்காக உன்னை காயப்படுத்தி, இப்போ கஷ்டப்படுத்திட்டு இருக்கோம். நான் தேவாகிட்ட சொல்லிட்டேன். இனி எந்த சங்கடமும் இருக்காது. " அன்னம் சொன்னதை கேட்டு பாரி அன்னையை முறைத்து இருந்தான்.

" அம்மா அண்ணி மேல என்ன தப்பு? அவங்க கோவம் நியாயம் தானே? அவங்க தங்கச்சியை வேண்டாம் சொன்னா, யாருக்கு தான் கோவம் வராது? ஒரு அக்காவா இருந்து யோசிங்க பார்ப்போம். நம்ம தங்கச்சி விரும்பி கேட்டோம் இவன் வேண்டாம்னு சொல்லிட்டான். இப்படி ஒரு நல்ல இடமும் நல்ல பையனும் மிஸ் ஆகிட்டான் கவலையா தானே இருந்து இருக்கும். "

" எனக்கு பெருமையா, சந்தோசமா இருக்கு, நான் சம்மதம் சொல்வேன் அவங்க தங்கச்சி என்னை அதான் இந்த நல்ல பையனை கல்யாணம் பண்ணிட்டு சந்தோசமா இருப்பான்னு எதிர்பார்த்து இருக்காங்க. எதும் இல்லாதவனுக்கு இத்தனை எதிர்பார்ப்பும், இழந்ததை நினைச்சு கோபமும் வருத்தமும் வருமா? என்கிட்ட எல்லாமே இருக்கு மா, இதுக்கு நான் அண்ணிக்கு தான் நன்றி சொல்லணும். "

அவன் சொன்னதை எல்லாம் கேட்டு அன்னம் சிரித்து இருக்க, தேவா அவனை வாய் திறந்து பார்த்து கொண்டு நின்று இருந்தாள். பாரியின் சொல்லில் இருந்த உண்மை அவளுக்கு சுட்டது. உண்மை தான், பாரியின் குணம் அவளுக்கு மிக பிடித்து இருந்தது. அனுசரணை அறிந்த ஒருவன், உடன் இருப்போரின் மகிழ்-வையும் நிறைவையும் மனதில் வைத்து எதையும் செய்பவன், தமிழை அவளோடு நெருங்க வைக்க அவன் செய்த முயற்சி என அனைத்தும் அறிந்து இருந்தாள். இதோ இப்போது கூட தனிமை தர ஹனி மூன் அனுப்பி வைத்தானே? நல்ல-வன் தான் ஆனால் தன் தங்கையை ஏற்றுக் கொள்ளவில்லையே அதில் மட்டும் கோவம்.

தேவா அமைதியாக வந்து அவன் தட்டில் பொரியல் வைக்க, பாரி சிரித்த முகத்-துடன் நன்றி சொல்ல, தேவாவும் சிரித்து விட்டு அடுப்பறைக்கு சென்று இருந்-தாள். அன்னம் இருவரையும் அவர்கள் போக்கில் விட்டு விட்டார்.

" இப்படி எல்லாம் பேச யார்டா கத்து தரது உனக்கு? " அன்னம் கேட்க,

" உன் சின்ன மருமக சொல்லி கொடுத்தது. என்ன நடந்தாலும் நேர்மறையா பாருங்க. எண்ணம் நேர்மறையா இருந்தா, எல்லாமே நேர்மறையா தெரியும் சொல்லி, ஆனா உண்மையில் அண்ணியோட எண்ணம் நேர்மறை தான்மா "

அன்னம் ஆம் என்று சொல்லி தலையாட்ட, தேவா சமையல் அறையில் நின்று அவன் பேசுவதை கவனித்து கொண்டு இருந்தாள். அன்றில் இருந்து பாரி மேல் இருந்த கோவம் வருத்தமாகி இருந்தது. அவன் தனியே இருந்தால் சாடையாக மதுராவை திட்டி வைப்பாள். அனைவரின் முன்னே இருவரும் சகஜமாக இயல்-பாக இருந்தனர். அண்ணி என்ற மரியாதையை பாரி அவளுக்கு சரியே கொடுக்க, அவனை தன் தம்பி போல பார்க்க ஆரம்பித்து இருந்தாள் தேவா. அடிக்கடி அவள் செய்யும் கிண்டலில் பாரி பதில் சொல்ல முடியாது விழிக்க, தமிழ் மட்டும் வாய் விட்டு சிரித்து மனைவியுடன் ஹை ஃபை அடித்து கொண்டான்.

" அண்ணா என் தங்கசிங்க வருவாங்க, அப்போ உங்க ரெண்டு பேரையும் என்ன பண்றேன்னு பாருங்க " பாரி சபதம் போல சொல்ல,

" நான் ஒன் வுமன் ஆர்மி வெச்சு இருக்கேன். அண்ணி சொன்னா எல்லாரும் கேட்கணும். " தமிழ் சொல்ல, தேவா அவனோடு சேர்ந்து சிரித்து கொண்டாள்.

இடையில் இனியா அமெரிக்காவில் இருந்தும், இன்பா பெங்களூரில் இருந்தும் வீடியோ கால் பேசினர். இனியா தான் மெலிந்து போய் இருந்தாள். மாறன் வேலை என இருக்க அவளை படிக்க சொல்லி கூறி இருந்தான். இன்பாவுடன் தான் படிப்பேன் என்று இனியா கூறவும் இருவரையும் ஆன்லைன் வகுப்பில் சேர்த்து விட்டு இருந்தான் மதி. இவர்கள் பிரிந்து இருக்கிறார்கள் என்பதை தவிர அனைத்தும் மகிழ்வாக தான் சென்றது.

மதுரம் சேனலில் வீடியோ வருவது இல்லை. அவனின் கடைசி மின்னஞ்சலுக்கு பதிலும் வரவில்லை. ஆனால் அவளின் குரல் அவனோடு தங்கிவிட்டது. ஆறு மாதம் கழிந்து இருக்க, இன்பா தாயான விஷயத்தை மதி சொல்ல, உடனே கிளம்பி சென்று விட்டனர் அனைவரும் இனியாவும் வீடியோ கால் வர அடுத்து இனியாவா, தேவா அக்காவா என மதி கேட்டு கிண்டல் செய்ய என மகிழ்வாக நாட்கள் கழிந்தது. இன்பா அதிகம் வாந்தி எடுக்க, அன்னம் மகளை பார்த்து கொள்ள அங்கேயே இருந்து விட்டார்.

இல்லம் வந்த பின், பாரி காலையும் மதியமும் சமையல் செய்து விட, தமிழ் அவனுக்கு உதவி செய்தான். தேவா இருவரையும் பார்த்து முறைக்க,

" அண்ணி அம்மா இல்லாத அப்போ நாங்க தான் சமைப்போம். இனியா, இன்பா ரெண்டு பேரும் சின்ன பிள்ளை இல்லையா? அந்த பழக்கம். நீங்க ராத்திரி சமையல் செய்யுங்க. அண்ணா அப்போ உங்களுக்கு ஹெல்ப் பண்ணுவான்." பாரி இறுதி வரியை கிண்டலாக சொல்ல, தேவா அவனை அடிக்க வர அவளிடம் இருந்து தப்பித்து இருந்தான்.

மதி கேட்ட கேள்விக்கு பதில் சொல்ல அடுத்த இரு மாதத்தில் தேவா வாந்தி எடுக்க, அண்ணியை அறையில் ஓய்வு எடுக்க சொல்லி பாரி மூன்று நேரமும் சமைக்க இப்போது ரவியும் கூட உதவி செய்தார். தேவதர்ஷினியை பார்க்க வந்த அவளின் பெற்றோரும், நித்தியின் பெற்றோரும் முதல் முறை பாரியை கடிந்து, ஒதுக்கியதற்கு வருந்தி இருந்தனர். தேவா ராணி போல இருக்க, மூன்று ஆண்களும் அவளை தாயாக இருந்து பார்த்து கொண்டனர். அன்னம் இன்பாவை பார்வதியின் பொறுப்பில் விட்டு வந்து தேவாவை பார்த்து கொண்டார். இன்பா கர்ப்பம் என்று தெரிந்த அடுத்த இரு மாதத்தில் தேவா கர்ப்பம் என்று அறிய, அதற்கு அடுத்த மாதத்தில் இனியா கர்ப்பம் என்று அறிந்ததும் அன்னம் அழுது இருந்தார்.

தன் மகளை காண வேண்டும் என சொல்ல, அதே நேரம் பாரி பதிவு செய்து இருந்த சமையல் பற்றிய பட்டப்படிப்பு படிக்க சேர்க்கை விண்ணப்பம் வர, வேலையை விட்டு இருந்தான். தாய்க்கு பாஸ்போர்ட் விசா என அனைத்தும் ஏற்பாடு செய்து இருக்க, அன்னையோடு மேடிசன் சென்று இருந்தான். இனியா தாயை கண்டதும் அழ, பாரி அவர்களுக்கு வாழ்த்து சொல்லி இருந்தான். இன்னும் ஒரு மாதத்தில் மாறனின் புராஜக்ட் முடியும் என்ற நிலையில் இருக்க, மாறன் அவர்களை அங்கேயே தங்க சொல்லி இருந்தான். ஒரு மாதம் என்பது நாற்பத்தி ஐந்து நாட்களை எடுத்து இருக்க, பெங்களூர் வந்து இருந்தனர். சிறிய வயிற்றோடு இனியா நிற்க, நிறை மாத வயிற்றோடு இன்பா நிற்க, இருவரும் கட்டிக்கொள்ள முடியாது விழிக்க, தோளோடு தோள் சேர்த்து கொண்டனர். இன்பா, தேவா இருவருக்கும் வளைகாப்பு செய்யலாம் என்று முடிவாகி இருக்க, ரவி மண்டபத்தில் பெரிதாக செய்ய வேண்டும் என முடிவு செய்து இருந்தார். அதன்படி அனைவரும் கோவையில் உள்ள ரம்யா வீட்டில் வந்து தங்கி வளைகாப்பு முடித்து பின் தாய் வீட்டுக்கு அழைத்து வர முடிவு செய்து இருக்க, எப்படி ஒன்றரை வருடம் முன்பு பாரி திருமணம் என ஓடினானோ அப்படி இப்போது வளைகாப்பு என்று ஓடினான்.

வெற்றி இதற்கு இடையில் இருவரின் விசா வேலைகளை பார்க்க ஆரம்பித்து இருந்தான். ரவி மட்டுமே படிக்க போகிறேன் என சொன்னதற்கு சம்மதம் சொல்லி இருக்க, அன்னம் வேண்டாம் என சொல்ல, தன் தொழிலுக்கு இது அவசியம் என கூறி தாயிடமும் சம்மதம் பெற்று இருந்தான்.

அன்று இன்பா, தேவதர்ஷினி இருவருக்கும் வளைகாப்பு நடக்க, பாரியின் மேற்பார்வையில் வளைகாப்பு சாப்பாடு செய்யப்பட்டு இருந்தது. வளைகாப்பு முடிய மாறன் இனியாவை தன்னோடு தன் வீட்டில் சிறிது நாள் வைத்து கொள்ள வேண்டும் என கூற, ரவி சம்மதம் சொல்லி, மண்டபத்தில் இருந்து இன்பாவை அழைத்து வர, மதி தான் கலங்கி போய் இருந்தான். பல முறை கவனமாக இருக்க சொல்லி கூறி, அவளிடம் விடைபெற்றுக் கொண்டான். தேவாவை அழைத்து செல்ல, முதல் முறை தமிழ் அவனின் நேசத்தை அனைவரின் முன்பும் கண்ணீரில் காட்டி இருந்தான். முரளி தமிழை ஆறுதல் படுத்த, தேவா நாளை வந்து தன்னை பார்க்கலாம் என்றதும் கண் துடைத்து கொண்டான்.

அடுத்து வந்த வாரத்தில் ஒரு நாள் காலையில் பாரி விடிந்தும் தூக்கத்தில் இருக்க, தமிழ் தேவாவை பார்க்க சென்று இருக்க, ரவி கடைக்கு சென்று இருந்தார். அன்னம் மகளை குளிக்க வைத்து உடை மாற்றி கொண்டு இருக்க, கூரியர்

வந்தது. அன்னம் அழைக்க பாதி தூக்கத்தில் எழுந்து வந்த பாரி, கூரியர் வாங்க வர மதுரம் என்ற பெயரில் வந்து இருக்கிறது என அறிந்ததும் அவனின் தூக்கம் எல்லாம் கலைந்து போய் இருந்தது. பார்சலை வாங்கி அவன் அறைக்கு சென்றவன் அதை பிரிக்க, உள்ளே ஜே ஷெட்டி எழுதிய திங்க் லைக் மாங்க் என்னும் ஆங்கில தன்னம்பிக்கை ஊக்க புத்தகம் இருந்தது உடன் ஒரு கடிதமும்,

வணக்கம் தோழி / தோழரே,

நான் உங்களின் மதுரயாழினி, மதுரம் யூடியூப் சேனலில் இருந்து உங்களுக்கு இந்த அன்பு பரிசை அனுப்பி இருக்கிறேன். ஏன்? எதற்கு என நீங்கள் இப்போது எண்ணி இருக்கலாம். அப்படி தோன்றினால் இதோ காரணம், நீங்கள் மதுரத்தின் ஆரம்ப நாட்களில் இருந்து மதுரத்திற்கு அன்பும் ஆதரவும் ஊக்கமும் தரும் ஒரு நேயர். உங்களின் ஆதரவு அல்லாது மதுரம் நூறாயிரம் நேயர்களோடு இன்று பயணித்து இருக்காது. மதுரம் ஆரம்பித்த காலத்தில் இருந்து தற்சமயம் வரை நீங்கள் மதுரம் மீது கொண்டு இருக்கும் அன்பும் ஆதரவும் பெரிது. மதுரம் இந்த மாதம் 18 ஆம் தேதி நான்காம் ஆண்டில் அடி எடுத்து வைக்கிறது. மதுரம் வளர காரணமான உங்களின் ஊக்கத்திற்கு எங்களின் சிறு அன்பு பரிசாக இந்த ஊக்க புத்தகம்.

நன்றியுடன்,
மதுரயாழினி.

பாரி கடிதத்தை படித்து விட்டு சோர்ந்து அமர, மின்விசிறியின் காற்றுக்கு பறந்த கூரியர் கவர் அவன் கவனம் ஈர்க்க, அதில் அனுப்புநர் என மதுராவின் முகவரியும் அலைபேசி என்னும் இருக்க, பாரியின் மனம் துள்ளி குதிக்க, அந்த எண்ணை அலைபேசியில் பதிவு செய்து நிமிடமும் யோசிக்காது அழைத்து இருந்தான். அந்த பக்கம் ரிங் செல்ல, இந்த பக்கம் பாரி மின் விசிறியின் கீழ் நின்றும் வேர்த்து கொட்டி கொண்டு இருந்தான். முழுதாக ரிங் முடிந்து இருக்க, அழைப்பு எடுக்கப்படவில்லை. பாரி மீண்டும் முயற்சிப்போம் என மறுபடியும் எண்ணை எடுக்க, அதற்குள் இன்பா அம்மா என்று அலற, பாரி கவரை கட்டில் மீது விட்டு தங்கையிடம் செல்ல, இன்னும் நான்கு நாள் நேரம் இருக்க, அதற்குள் இன்பாவிற்கு பிரசவ வலி, தங்கையை மருத்துவமனையில் சேர்த்து மதி, அப்பா, அண்ணன் என அழைத்து விவரம் சொன்னவன், ஜோதியை அழைத்து வீட்டில் அம்மா பேக் செய்து வைத்து இருந்த பையை எடுத்து வர சொன்னான். நர்ஸ் பாரியை அழைத்து மருந்து சீட்டை தர, இனியா அழைக்க அலைபேசியை அம்மா கையில்

கொடுத்து விட்டு சென்று இருந்தான். இனியா பேசி முடித்ததும் வந்தது மதுரா-வின் அழைப்பு, பதட்டத்தில் இருந்த அன்னம் அவள் என்னை ராங்க் நம்பர் என கூறி வைத்து விட, பாரி அதன் பின் தான் வந்தான். இன்பா வீட்டின் முதல் வாரிசாக பெண்ணை பெற்று இருந்தாள். தாய்க்கு பின் தாய் மாமன் என தமிழ் கையில் குழந்தையை இன்பா தர, தமிழ் பாரியை அழைக்க, இருவரும் இன்பா பெற்ற பூக்குவியலை கையில் வாங்கி கொண்டனர்.

15

தேடல் - 15

பாரி ரவியை அன்னம் உடன் துணைக்கு விட்டு, ஜோதி, தமிழ் இருவரோடும் இல்லம் வர, அவன் அறையில் இன்னும் மின்விசிறி ஓடிக்கொண்டு இருந்தது. கட்டிலில் கிடந்த கவரை எடுத்து முகவரி பார்க்க, திருச்சி என குறிப்பிட்டு இருந்தது. பாரி கவரையும் புத்தகத்தையும் எடுத்து அலமாரியில் வைத்து விட்டு அவளின் எண்ணை சேகரித்து வைக்க வேண்டும் என கால் லிஸ்ட் எடுக்க அதில் அவளிடம் இருந்து அழைப்பு வந்து இருந்தது. பாரியின் அலைபேசியில் ஆட்டோமேட்டிக் கால் ரெக்கார்டர் இருக்க, அதை எடுத்து வந்த அழைப்பை கேட்டான்.

அன்னம் " ஹலோ " என்று சொல்ல, ஒரு ஆண் குரல் இந்த எண்ணில் இருந்து அழைப்பு வந்ததாக கூற, அன்னம் அதற்கு மன்னிப்பு கேட்டு, இது தன் மகனின் அலைபேசி என்றும், தன் மகளுக்கு பிரசவ வலி வந்ததால் மகன் அறியாது அவர்களை அழைத்து இருக்கலாம் என விளக்கம் சொல்ல எதிரில் பேசிய ஆணோ இன்பா பற்றியும், குழந்தை பற்றியும் விசாரித்து வைத்து இருந்தார்.

பாரிக்கு அந்த அழைப்பில் இருக்கும் ஆண் குரலை வைத்து எதையும் கண்டுபிடிக்க முடியவில்லை. பாதுகாப்பு கருதி வீட்டு ஆண்களில் அண்ணன், தம்பி, அப்பா, இப்படி யாரேனும் ஒருவரின் எண்ணை கொடுத்து இருக்கலாம் என தோன்ற, அதே சமயம் மதுராவின் கணவனாக.. கணவன் என்ற யோசனை கொஞ்சம் வலியை கொடுத்தது.

தங்கைக்கு மதிய உணவு தர வேண்டும் என்ற எண்ணம் வரவும் குளித்து சமையலை ஆரம்பித்து இருந்தான். பார்லி கஞ்சி, கீரை பருப்பு சேர்த்து கூட்டு, பாதாம் பால், ஆரஞ்சு ஜூஸ் என தங்கைக்கு பேக் செய்தவன், அன்னம் சாப்பிட சாதம், ரசம், கூட்டு, அப்பளம் என எளிமையாக சமைத்து அதை பேக் செய்து விட்டு ஒரு பெரிய பிளாஸக் நிறைய காபியையும் தயார் செய்து கொண்டான். அண்ணன், ஜோதி இருவருக்கும் உணவு எடுத்து வைக்க அவர்களும் உணவு உண்டு, இன்பாவிற்கு இன்னும் கொஞ்சம் உடைகள், பாரி கட்டி வைத்து இருந்த உணவு என அனைத்தும் எடுத்து கொண்டு ஹாஸ்பிடல் கிளம்பி இருக்க, பாரி மீண்டும் குளித்து வந்து உண்ண அமர, அன்னம் அழைத்து போர்வை வேண்டும் என கூறினார் பாரி சரியென சொல்லி அழைப்பை முடிக்க மதுரா அழைத்தாள். பாரி கொஞ்சம் பதட்டமாக அழைப்பை எடுக்க, அவனின் ஹலோ என்ற குரல் கேட்டு எதிரில் ஒரு நொடி கழித்து ஆண் ஒருவன் பேசினான்.

" சார், உங்க தங்கச்சி நல்லா இருக்காங்களா? உங்க நம்பரில் இருந்து கால் வந்து இருந்தது. நான் திருப்பி கூப்பிட்டு விவரம் கேட்கும் போது உங்க அம்மா விவரம் சொன்னாங்க. எனக்கும் தங்கச்சி உண்டு. உங்க தங்கச்சியை நினைச்சு மனசு தவிப்பா இருந்துச்சு. அதான் விவரம் கேட்க கூப்பிட்டேன். சாரி சார். "

" அம்மா சொன்னாங்க சார். தங்கச்சி நல்லா இருக்காங்க, அவங்களுக்கு பொண்ணு குழந்தை பிறந்து இருக்கு. அப்புறம் நான் தப்பா கால் பண்ணல மதுரா கூட பேச கால் பண்ணேன் சார். இது மதுரா நம்பர் தானே? "

" ஓ உங்களுக்கு மதுராவை தெரியுமா? அவ நம்பர் இல்லையா உங்ககிட்ட? "

" இல்ல சார் அவங்களை எனக்கு தனிப்பட்டு தெரியாது. நான் அவங்க சேனல் பார்க்கிற ஒரு நேயர் தான். எனக்கு புக் அனுப்பி இருந்தாங்க. அட்ரஸ் எப்படி தெரிஞ்சுது கேட்க கூப்பிட்டேன். அதோட மதுரா கூட பேச ஆசை. "

" மதுரா என் தங்கச்சி தான் சார். நான் கார்த்திகேயன். போன வருஷம் சிறந்த நேயர்கள் நூறு பேருக்கு அன்பு பரிசு சொல்லி அட்ரஸ் வாங்கி இருந்தாங்க உங்களுக்கு நினைவு இருக்கா? "

" ஆ.. ஆமா.. நானும் அட்ரஸ் அனுப்பி இருந்தேன். "

" அதில் தான் சார். அனுப்பி இருக்காங்க "

" தாங்க்ஸ் சார். நான் மதுரா கூட பேசலாமா? "

" கண்டிப்பா சார். உங்க பெயர்? "

" நான் பிவி சொல்லுங்க அவங்களுக்கு தெரியும். "

" அவங்க பேச முடியாத சூழல் சார் நான் சொல்றேன் அவங்க ஃப்ரீயானதும் பேசுவாங்க. "

" எதும் பிரச்சனையா? "

" இல்ல சார். அவங்களுக்கும் குழந்தை பிறந்து இருக்கு. ஒரு வாரம் தான் ஆகுது அதான்.. "

" ஓ.. வாழ்த்துகள் சார். என் வாழ்த்தை கண்டிப்பா சொல்லிடுங்க. அதான் சேனலில் வீடியோ இல்லையா? "

" ஆமா. ரொம்ப நன்றி சார் நான் கேட்டதும் உங்க வீட்டு விஷயம் சொன்னதுக்கு, வாய்ப்பு இருந்தா ஒரு நாள் சந்திப்போம். வைக்கிறேன் சார். "

பாரியும் நன்றி சொல்லி வைத்தவன். உணவை மூடி வைத்து விட்டு படுக்கை அறை வந்து முகம் மூடி அழுது இருந்தான். அவனை நினைத்து அவனுக்கே கோவம் வந்தது. வேறு ஒருவனின் மனைவி மீது காதல் கொண்ட தன் மனதை நினைத்து வேதனை தாங்காது அழ வெற்றி அழைக்கவும், நண்பனிடம் அனைத்தும் சொல்லி இருந்தான். விஷயம் கேட்டு இல்லம் வந்தவன், பாரிக்கு ஆறுதல் சொல்ல,

" அசிங்கமா இருக்கு வேற ஒருத்தன் பொண்டாட்டி டா அந்த பொண்ணு.. என் மெயில் பார்த்து என்னை என்ன நினைச்சு இருக்கும்? கொஞ்சம் நல்லா பேசினதும் காதல் சொல்லிட்டான். என்னையும் சராசரி ஆம்பள மாறி தானே தோணி இருக்கும்? "

" டேய்.. நான் முன்னாடியே சொன்னேன். வருத்தம் வந்தா கஷ்டம் சொல்லி, இப்போ என்ன மச்சி? யாரோ தானே அவ? என்னவோ நினைக்கட்டும் உங்க

எண்ணம் தப்பில்லை தானே? "

" நான் நேசிச்ச பொண்ணு வெற்றி. என்னை நேசிக்காம போனாலும் என்னை தப்பா நினைக்க கூடாதுன்னு எனக்கு தோணுது. "

" விடுடா.. இதோட முடியட்டும். அந்த பொண்ணுக்கு விவரமா இன்னொரு மெயில் பண்ணிடலாம். இப்போ கிளம்பு ஹாஸ்பிடல் போலாம். இதையே யோசிக்-காத. இனி மதுரா உன் வாழ்க்கையில் இல்ல. நகரு நிக்காத.. நின்னா அவ நினைவும் வேதனையும் தேங்கி மனசை சாக்கடையாக்கிடும். நமக்கு படிக்கணும், சொந்தமா 5 ஸ்டார் ரெஸ்டரண்ட் திறக்கனும. இப்படி நிறைய கனவு இருக்கு.. "

பாரி ஆம் என தலையாட்ட, வெற்றி அவனை கட்டி அணைத்து சமாதானம் சொன்னான். மாலை ஜோதி கிளம்ப, அன்னம் மருத்துவனையில் பார்வதி, மதியன் இருவரையும் விட்டு வந்து இருக்க, மகனின் முக வாட்டம் அறிந்து இருந்தும் இனியாவையும் இன்பாவையும், வந்து இருக்கும் மருமகன், சம்பந்தி என எல்லோ-ரையும் கவனிக்கும் வேலையில் பிறகு பேசி கொள்வோம் என்று விட்டு விட்டார். மதியை கண்டதும் பாரி கொஞ்சம் தெளிந்து இருந்தான். மதி மகளை பார்த்து நெகிழும் அழகை பார்த்து, இன்பா மதி இருவரும் குழந்தையை கொஞ்சுவதை பார்த்து, மதுராவும் இப்படி நிறைவான வாழ்வில் இருக்கிறாள் என்று தோன்ற பாரி உண்மையாக மனதில் இருந்து அவளுக்காக மகிழ்ந்து இருந்தான். கார்த்திகே-யன் எத்தனை நல்ல மனிதன்? தவறான எண்ணில் இருந்து வந்த ஒரு ஒற்றை அழைப்புக்காக பேசி, அந்த ஒற்றை அழைப்பும் பதட்டத்தில் வந்தது என கூறி-யதற்கு, முக அறியா ஒருவரின் நலத்தை அறிய மீண்டும் அழைப்பு கொடுத்து பேசி இருக்கிறான். முக அறியா என் தங்கையை அவன் தங்கையாக அக்-கறை கொண்டு அழைத்த அவனின் தங்கை தானே மதுரா? அவளிடம் இருக்கும் அக்கறையும் இப்படியான ஒன்று தானே? அவள் மகிழ்வோடு இருக்கட்டும் என வேண்டிக் கொண்டான்.

அத்தோடு மதுராவை மறக்க வேண்டும் என்று முடிவு எடுத்து கொண்டான். மாற்-றான் மனைவி என்றதும் காதல் உணர்வு கருகி இருந்தது. தேவா பெண் பிள்ளை பெற, இன்பா ஆண் குழந்தை பெற்று இருக்க, மூன்று குழந்தைகளையும் கொஞ்சி விட்டு பாரி வெற்றியோடு படிக்க லண்டனில் உள்ள வெஸ்ட்மின்ஸ்டர் கிங்ஸ்வே கல்லூரி சென்று இருந்தான். ஒரு வருட படிப்பு, வாரத்தில் இரண்டு அல்லது மூன்று நாள் வகுப்பு என்று இருக்க, அங்கேயே பார்ட் டைம் செஃப் வேலை-யில் சேர்ந்து கொண்டனர் இருவரும். நாட்கள் நகர படிப்பில் பாரியின் கவனம்

இருந்தது. உணவுகள், கலாச்சாரம், உணவின் சுவை, நல்ல உணவு கொடுக்கும் நிம்மதி, மகிழ்வு என நிறைய கற்றுக் கொள்ள, அங்கும் சிறு நட்பு பட்டாளம் பெற்று இருந்தான். மதுரம் சேனலை பின் தொடர்வதை நிறுத்தி இருந்த போதும் பரிந்துரையில் அவர்களின் வீடியோ வர, மின்னஞ்சல் முகவரியை மாற்றி கொண்டான். மதுரா மனதை விட்டு மறைய, பாரி அவன் தொழில் பற்றி முழு நேரமும் யோசிக்க ஆரம்பித்து இருந்தான். இடையில் தங்கைகளின் பிரிவு, மருமகளும், மகள், மருமகன் என மூவருக்கும் பெயர் வைக்கும் போது அவனில்லை என்று வருந்தியது என நிறைய மிஸ் செய்து இருந்தான். படிப்பின் இடையே பாரிஸ், ஸ்பெயின் என அங்கும் நண்பர்களோடு சென்று சமையல், கலாச்சாரம், சுவை என அறிந்து வந்தனர்.

அன்று பாரி வகுப்பு முடித்து வர, அன்னம் அவனை பிடித்து கொண்டார்.

" அம்மா இன்னும் 50 நாளில் நானே அங்க வர தானே போறேன்? வந்து பேசலாமே? "

" அந்த பிள்ளையை இன்னும் மனசில் வெச்சு இருக்கியா? "

" ம்ம்மா.. அவளுக்கு குழந்தையே பொறந்துருச்சு.. அவளை நான் மறந்துட்டேன். எனக்கு தொழில் மேல தான் எண்ணம் இப்போ.. கல்யாணம் எல்லாம் அப்புறம் பார்ப்போம். "

" இதான் உன் முடிவா? நான் சொல்றதை கேளு "

" சொல்லுங்க "

" உன் அப்பா பொண்ணு பார்க்க ஆரம்பிச்சு இருக்கார். நீ வந்தா பொண்ணு பார்த்து கல்யாணம். நீ தொழில் தொடங்கு நாங்க கல்யாண வேலையை பார்க்கிறோம். "

" சரி மா.. பாருங்க, சம்மதம். "

அன்னம் சந்தோசமாக அழைபேசியை வைக்க, வெற்றி (சார் இப்போ கல்யாண மாப்பிள்ளை) முகம் எல்லாம் புன்னகையோடு பேசிக்கொண்டு இருக்க, பாரி அலைபேசியை சட்டென பறிக்க, வெற்றி கத்த அந்த பக்கத்தில் வெற்றியின்

அத்தை பெண் சிரிக்க, பாரி அவளிடம் நலம் விசாரித்து விட்டு கொடுத்தான். வெற்றி பேசி விட்டு வந்து பாரியை செல்லமாக அடிக்க, அன்னம் பேசிய விவ-ரத்தை பாரி சொல்ல,

" மச்சி.. ஓகே வா? அப்போ நம்ம ஒரே மேடையில் கல்யாணம் பண்ணிப்போமா? "

" ஆசை தான். என் கல்யாணத்துக்கு உன் மேற்பார்வையில் எல்லாமே, உன் கல்யாணத்துக்கு எல்லாமே என் மேற்பார்வையில் தான் முன்னாடியே பேசி வெச்-சது. வேலை செய்யாம எஸ்கேப் ஆக பாக்கிறியா? நடக்காது டா. உனக்கு மாப்-பிள்ளை தோழனா பக்கத்தில் நான் தான் இருப்பேன். " பாரி சொல்லவும் நண்-பனை கட்டிக்கொண்டவன் சம்மதம் என தலையாட்டி இருந்தான். "

பாரி இந்தியா வர, அனைவரும் இல்லம் வந்து இருந்தனர். பாரியையும் வெற்றி-யையும் தமிழ் அழைத்து வர, தேவா பாரிக்கு என சமைத்து இருக்க, மற்றவர்-கள் ஹாலில் காத்து இருந்தனர். பாரி உள்ளே வரவும் முதலில் ரவி அவனை காண, ரவி கண் கலங்கி இருந்தார். அன்னம் மகனை உச்சி முகர்ந்து முத்தம் வைக்க, மதி மாறன் என இருவரும் வெற்றியையும் பாரியையும் அணைத்து நலம் விசாரிக்க, வெற்றி அடுத்த டெலிவரி எப்போது என்று கேட்க, மதியும் மாறனும் இப்போது இல்லை என்று சிரிக்க, பாரி தங்கைகளை பார்த்து சிரித்து இருந்தான். இருவரும் முறைத்தபடி நிற்க, அவர்களின் அருகில் அமர்ந்தவன் குழந்தைகளை வாங்கி கொஞ்ச, தமிழின் மகள் மட்டும் தேவாவின் சேலையில் மறைந்து கொண்-டாள். பாரி மிட்டாய் பெட்டியை காட்டி பக்கம் இழுக்க, காந்தம் போல வந்து ஒட்-டிக்கொண்டாள். அன்று முழுக்க நல விசாரிப்பும், சிரிப்பும் கிண்டலாக இருக்க, மதிய உணவுக்கு பின் வெற்றி விடை பெற, பாரி அவன் அறைக்கு சென்று இருந்தான். ஆனால் அறையில் அவன் கட்டில் மாறி இருந்தது. புது வண்ணமும் பெற்று இருந்தது. அப்போது தான் பாரி வீட்டை கவனித்தான். வீடு முழுக்க புது வண்ணம் மாற்றி இருந்தனர். ஜெட் லாக் அழுத்த, குளித்து உறங்கியவன் இரவு இனியாவின் மகன் போட்ட சத்ததில் எழுந்து இருந்தான். பாரி கண் விழிக்க, கட்டிலில் ஏற முயற்சி செய்து கொண்டு இருந்த அவனை பார்த்து சிரித்து, பாரி மேலே தூக்கி விட எதோ எதோ மழலை மொழியில் கூறினான். பாரி அவனோடு அறை விட்டு வர, மீண்டும் அரட்டை கச்சேரி வைக்க,

" எல்லாரும் போய் சாப்பிட்டுங்க முதலில், தேவா எல்லாருக்கும் சாப்பாடு வை, சீக்கிரம் தூங்கட்டும். நாளைக்கு நிறைய வேலை இருக்கு"

" என்னமா வேலை? "

" பாரி, எல்லாருக்கும் ஒரு வயசு முடிஞ்சுது மொட்டை போடணும் ஞாபகம் இல்லையா? " தமிழ் சொல்ல,

" அட, அதான் புதுசா பைண்ட் பண்ணி இருக்கா? "

" உங்க கல்யாணமும் தான் கொழுந்தனாரே " தேவா புன்னகையோடு சொல்ல, பாரி விழித்தான்.

" பொண்ணு பெயர் வெண்பா, M.sc கெமிஸ்ட்ரி முடிச்சு இருக்கு, மேல படிக்கணும் கண்டிசனா சொல்லி இருக்கு பொண்ணோட ஒரே கண்டிசனும் இதான். நாங்க படிக்க வைப்போம்னு சொல்லிட்டோம். உன் ஃபோட்டோ பார்த்து பிடிச்சு இருக்குன்னு சொல்லியாச்சு. நீ தான் பார்த்து சொல்லணும். எங்க எல்லாருக்கும் முழு சம்மதம். " ரவி சொல்ல, பாரி தங்கைகளை பார்த்தான்.

16

தேடல் - 16

" எங்க ரெண்டு பேருக்கும் அண்ணியை ரொம்ப பிடிச்சு இருக்கு அண்ணா. " இனியா சொல்ல, இன்பாவும் தலையாட்ட,

" நாங்க எல்லாம் சொன்னா ஆகாதாம். தங்கச்சிங்க தான் சொல்லனுமா? " தேவா கிண்டலாக கேட்க,

" அப்போ நீங்க சொல்லுங்க, உங்களுக்கு பிடிச்சு இருக்கா அண்ணி? " பாரி புன்னகையோடு கேட்க,

" ரொம்ப பிடிச்சு இருக்கு, எல்லாரையும் நீ பேசி மயக்கினா, அவ அமைதியா இருந்தே மயக்குறா, கண் பேசுது நிறைய, கூடவே முகமும் சிரிப்பும். "

" அம்மா, அண்ணி, என் தங்கச்சிங்க எல்லாரும் சொன்ன அப்புறம் எனக்கு என்ன தனி விருப்பம் இருக்க போகுது? எனக்கும் சம்மதம்."

" மச்சி பொண்ணை பார்த்து சொல்லுங்க " மாறன் சொல்ல,

" அழகு பார்க்கிறவங்க கண்ணிலும் மனசிலும் இருக்கு, நம்ம வீட்டில் உள்ள எல்லார் கண்ணுக்கும் அவ அழகா தானே இருந்து இருக்கா, அப்போ எதுக்கு பார்க்கணும்? " பாரி கேட்க, மதி நெஞ்சை பிடிக்க,

" இப்படி எல்லாம் யாரு பேச சொல்லி தராங்க உங்களுக்கு, ப்பா.. வீட்டுல எல்லார் நெஞ்சையும் ஒரே நேரத்தில் உருக வைக்கிறாரு " மதி சிரிப்போடு சொல்ல, அனைவரும் சிரித்து இருந்தனர்.

இரவு பாரி அறைக்கு வர, தேவா அவன் கையில் ஒரு கவரை கொடுக்க,

" நீ எங்க மேல வெச்சு இருக்கிற அன்பும் மரியாதையும் பார்க்கும் போது சந்தோசமா இருக்கு பாரி. ஃபோட்டோ பாரு.. நாளைக்கு சாய்ந்தரம் பொண்ணு பார்க்க போறோம். சீக்கிரம் தூங்கு, பொண்ணோட விவரம் ஃபோட்டோ பின்னாடி இருக்கு. "

பாரி புன்னகையோடு வாங்கி கொள்ள, தேவா அவள் அறைக்கு சென்று இருந்தாள். பாரி கதவடைத்து வந்து ஃபோட்டோ பார்க்க, வெண்பா கோதுமை நிறத்தில், மையிட்ட கண்களோடு, புன்னகை முகமாக நீல நிற பட்டில் நின்று இருந்தாள். அவளின் கண்களை பார்க்கும் போது பாரியின் இதழ்கள் புன்னகையில் விரிந்தது. பாரி சொன்னது போல பார்க்கும் கண்ணை பொறுத்து தான் அழகு உள்ளது என்றால், கண்ணில் அழகில்லாதவன் கண்களுக்கு கூட இவள் அழகியாக தான் தெரிவால், இங்கே மனமும் கண்ணும் எண்ணமும் கூட அழகான பாரியின் கண்களுக்கு அவள் பேரழகியாக தெரிய, அன்னையின் அறைக்கு சென்றவன் புகைப்படத்தை கொடுத்து சம்மதம் என்று கூறி இருக்க, அன்னம் கால்களில் சக்கரம் தான். அடுத்த நாள் வீட்டில் அத்தனை பரபரப்பு, ஜோதியை கண்ட பாரி வரவேற்று நலம் விசாரிக்க, அவளும் விசாரித்து வெண்பா பற்றி கேட்க,

" எல்லாரும் தர பில்ட் அப் தாங்கல, நேரில் போய் பார்த்திட்டு பேசிக்கிறேன் " பாரி அனைவரையும் வம்பிழுக்க,

" அங்க போய் நீ ஃபிளாட் ஆக போற, அதை ராத்திரி பேசி கிண்டல் பண்ண போறோம் பாரு " ஜோதி சொல்ல, அதற்கு தேவா, " நான் இதை வழி மொழிகிறேன் " என கூறினாள்.

" நாங்க எல்லாரும் இதை லைக் பண்றோம் " இனியா, இன்பா, மாறன், மதி நால்வரும் சொல்ல, தமிழ் செல்வன் சிரித்து " ஹா ஹா " ரியாக்ட் கொடுத்து இருந்தான்.

பாரி பொய்யான அங்கிரி முகத்தோடு கிளம்ப சென்றவன், மிதமான பிங்க் நிற

சட்டையும் கிரீம் நிற பண்ட் என அழகாக வந்து நின்றான். மதி அவனை விட அழகாக அவன் அருகில் வந்து நிற்க,

" மச்சி என்னை விட அழகா இருக்கீங்க பேசாம நான் உங்களையே கல்யாணம் பண்ணிக்கவா? " பாரி கேட்க,

" அழகா பிறந்தாலே இதான் பிரச்சனை மச்சி.. அப்புறம், உங்க கண்ணில் பயமும் பொறாமையும் சம அளவு இருக்கிறது தெரியுது. என்ன பண்ண உங்க பயம் நியாயம் தான் பொண்ணு என்னை பிடிச்சு இருக்குன்னு சொன்னா உங்க நிலை கொஞ்சம்.. இல்ல ரொம்பவே கவலை தான். எனக்கு இன்பாவே போதும். ஆனா எக்ஸ்டிரா ஆஃபர் குடுத்தா கண்டிப்பா வாங்கிப்பேன்."

" போ பின்னாடி உன் பொண்டாட்டி நிக்குது வாங்கிட்டு வா " மாறன் அவனை தள்ளி விட, மதி இன்பாவை பார்த்து சும்மா என்று சமாளிக்க, இன்பா கிள்ளி வைத்து விட்டு செல்ல, பாரியும் மாறனும் சிரித்து இருந்தனர்.

அனைவரும் அவரவரின் பிள்ளைகளோடு கார் ஏற, வெண்பா இல்லம் வந்து இருந்தனர். இவர்களே பதினைந்து பேர் வந்திருக்க, அவர்கள் வீட்டில் எப்படியும் முப்பது பேர் இருப்பார்கள் . பாரி கொஞ்சம் கூச்சமாக அனைவருக்கும் வணக்கம் சொல்லி வீட்டின் உள்ளே வர, தமிழ் தேவா இருவரும் ஒன்றாக அமர, இனியா இன்பா இருவரையும் விட்டு பாரியின் அருகில் மதியும் மாறனும் அமர்ந்து கொண்டனர்.

முதலில் சொந்தங்களுக்கு பரஸ்பர அறிமுகங்கள் செய்து முடித்து இருக்க, அனைவருக்கும் காபி கொடுத்து இருந்தனர். பாரி ஒரு வித பதட்டத்தோடு தலை குனிந்து அமர்ந்து இருக்க, மாறன் அவனை கை தொட, பாரி என்னவென்று பார்க்க, வெண்பா உடன் பேசி வர சொல்லி கூற, பாரி அனைவரையும் பார்த்து விழித்தான்.

" பாரி நாங்க எல்லாரும் முன்னாடியே பொண்ணை பார்த்தாச்சு உன்னை எல்லாருக்கும் அறிமுக பண்ண தான் வந்தோம். அதான் உன்னை எல்லாரும் பார்த்தாச்சு இல்ல, இப்போ நீ மட்டும் தான் பொண்ணை பார்க்கணும். சம்மதம் ரெண்டு பேருமே சொல்லி இருந்தாலும் நேரில் பார்க்கணும் இல்ல, இவளோ பேருக்கு இடையில் எப்படி பார்க்க முடியும்? எழுந்து போ " அன்னம் விளக்கம் தர, பாரி அப்பாவை பார்க்க ரவி கண்ணசைக்க எழுந்து பெண் வீட்டார் சொன்ன அறைக்-

குள் செல்ல, வெண்பா மெத்தையில் அமர்ந்து இருந்தாள்.

பாரியின் இதயத்துடிப்பு அவன் காதுக்கே கேட்டது. ஏற்கனவே வெற்றி இல்லாமல் இயல்பை கொஞ்சம் தொலைத்து இருந்தவன், இந்த அதிரடியில் இன்னும் கொஞ்சம் தடுமாறி இருந்தான். இதோ வெண்பாவின் படுக்கை அறை போல, தனியே பேச வேறு இடம் பார்த்து இருக்கலாம் என்று எல்லாம் பாரி யோசனையில் நின்று இருக்க,

" பாரி.. பாரீ.. வெண்பா அழைக்க, சட்டென நினைவுக்கு வந்தவன் அவளை பார்க்க,

" உக்காருங்க " வெண்பா சொல்ல

" சாரி.. வெளிய இல்ல.. மாடியில் போய் பேசலாமா? எனக்கு இது கம்பார்டா இல்ல. "

" புரியுது. ஆனா வெளிய பிரைவசி இருக்காது. "

சில நிமிடங்கள் அமைதியாக செல்ல, பாரி வாய் திறந்தான்.

" உங்களுக்கு என்னை பிடிச்சு இருக்கா? நான் ஒரு சமையல்காரன். என்னோட வேலை என் அடையாளம், பெருமை, சாமி எல்லாம். சோ உங்களுக்கு என்னை கல்யாணம் பண்ண சம்மதம்னு சொன்னா ஒரு நாளும் என் வேலையை பழிச்சு பேச கூடாது. எனக்கு இது மட்டும் தான் கண்டிசன்."

" எனக்கு சாப்பாடும் சமையலும் பிடிக்கும். என்னால உங்களுக்கு கஷ்டம் வராது. என் கண்டிசன்..? "

" படிக்கிறது சரிதான். அதுக்காக படிப்பு மட்டுமே எல்லாம் சொல்லி இருந்துட கூடாது. "

" மாட்டேன். "

" வேற.. ?"

" வேற.. என்னை பிடிச்சு இருக்கா? " வெண்பா கேட்க,

" பிடிச்சு இருக்கு உன்னையும் உன் பெயரையும்.. "

" தாங்க்ஸ் "

" நல்லா படிங்க சீக்கிரமே சந்திப்போம். "

பாரி சொல்லிவிட்டு புன்னகையோடு விடை பெற, வெண்பாவின் கண் சிரிக்க, பாரி உண்மையில் மனம் நிறைந்து இருந்தான். பாரி ஹால் வரவும் அன்னம் கேட்க, பாரியின் தலை அசைவு சம்மதம் என சொல்ல, வெண்பாவை அழைத்து வந்து ஹாலில் அமர வைக்க, தேவா, ஜோதி, இன்பா, இனியா, அன்னம் என அனைவரும் கையில் வளையல் போட்டு, அவளுக்கு பூ வைத்து விட, அப்போதே திருமண தேதியை முடிவு செய்து கொண்டனர். நிச்சயம் அடுத்த நாள் திருமணம் என்று முடிவாகி இருக்க, பாரியின் திருமணத்தை உறுதி செய்து கொண்டனர். பாரிக்கு ஆச்சரியம் தான். இல்லம் வந்தவன் வெற்றியிடம் விஷயத்தை சொல்ல,

" அம்மா உஷாரா தான் இருக்காங்க. கல்யாணம் பண்ணிக்கோ ராசா சீக்கிரம். நீ எஸ்கேப் ஆக முடியாது. "

" நான் சம்மதம் சொல்லிட்டேன். ஆனா இத்தனை சீக்கிரமா கல்யாணமா அதான் ஆச்சரியமா இருக்கு, கொஞ்சம் பதட்டமும் இருக்கு. நீ இல்லாம இயல்பா இல்ல மச்சி நான். "

" சரி என் தங்கச்சி என்ன சொல்லுச்சு அதை சொல்லு "

" அளவா பேசுறா அழகா பேசுறா.. பிடிச்சு இருக்கு. "

" ஹேப்பி மச்சி.. நீ கிளம்பி நம்ம வீட்டுக்கு வர கல்யாணம் முடிஞ்சு தான் போற, அப்புறம் என் பொண்டாட்டி கூட நானும் அங்க வரேன் கல்யாணம் வேலையை பார்க்கிறேன். ஓகே வா "

" இதோ கிளம்பிட்டேன் என்னோட மதியும் மாறனும் வராங்க "

" சீக்கிரம் வாங்க டா எல்லாரும் காத்து இருக்கேன். "

முதலில் வெற்றியின் திருமணம் இனிதே முடிந்து இருக்க, அடுத்து பாரியின் திருமண வேலைகளை தொடங்கி இருந்தனர். மதியும் மாறனும் மெடிகல் லீவ் எடுத்து கொண்டதால் தங்கி இருந்து கல்யாண வேலையை பார்த்தனர். வீட்டில் கடைசி திருமணம் என்பதால் உறவில் உள்ள அனைவருக்கும் உடை எடுத்து தாம்பூலம் வைத்து பத்திரிக்கை கொடுத்து இருந்தார்கள் ரவியும் அன்னமும்.

மூன்று நாள் விருந்து என்பதால் பெரிய மண்டபம் பார்த்து இருந்தார்கள். வெற்றி பந்தியை அவன் பொறுப்பில் எடுத்து கொள்ள பாரியின் நட்பு பட்டாளம் சேர்ந்து மூன்று நாள் ஆறு கலாச்சார உணவு என முடிவு செய்து இருந்தனர்.

பாரி அவனின் யூ.கே கல்லூரி நண்பர்களை அழைத்து இருந்தான். நடுவில் இருமுறை பட்டு எடுக்க, காது குத்தி, மொட்டை போட என வெண்பாவை பார்த்து பேச வாய்ப்பு கிடைத்தது பாரிக்கு, பாரி அவன் தொழில் பற்றி யோசித்து கொண்டு இருக்க, திருமணம் முடிய பார்ப்போம். இதற்கே பாரியின் மீது கண் என்று அன்னம் சொல்ல, பார்வதியும் பொறுமையாக இருக்க சொல்ல, பாரி சரியென தொழில் தொடங்கும் வேலைகளை தள்ளி வைத்து கொண்டான்.

திருமண நாள்,

பாரிவேந்தன் மண மேடை வர, சிறிது நேரத்தில் வெண்பாவும் வந்தாள். இருவரும் பெற்றோருக்கு பாதங்களுக்கு பூஜை செய்து ஆசி பெற்று கொள்ள, இருவருக்கும் முகூர்த்த உடை கொடுத்து அனுப்பினார்கள். இருவரும் உடை மாற்றி கொள்ள, பாரி முதலில் வரவும் பின்னே வெண்பா வந்தாள் மாங்கல்யம் ஆசி பெற்று வர, கெட்டிமேளம் கொட்ட, அனைவரின் அன்போடும் ஆசியோடும் பாரிவேந்தனின் சரிபாதியாக மாறி இருந்தாள் வெண்பா. திருமணம் முடிந்து விருந்து நடக்க, மண மேடை வந்த மதியும் மாறனும் இருவருக்கும் பரிசு கொடுத்து வாழ்த்து கூறினார்.

" வெண்பா ரெண்டு பொண்ணுங்க காதல் சொல்லியும் வலையில் சிக்காதவர் உன்கிட்ட மாட்டிகிட்டார். பார்த்து பதமா அடிமா.. உள் காயமா இருக்கட்டும். " மதி சொல்ல,

" ஆமா.. ஆமா.. உள் காய அனுபவம் உள்ளவர் சொன்னா சரியா தான் இருக்கும். என் தங்கச்சி எங்க மாறன்? " பாரி கேட்க, மதி வணக்கம் சொல்லி விடை பெற, அங்கே சிரிப்புக்கு பஞ்சமில்லாது இருந்தது.

பாரியின் இல்லத்திற்கு வந்த வெண்பா விளக்கு ஏற்ற, அனைவரும் சாமி கும்பிட்டு, மணமக்களுக்கு பால் பழம் கொடுத்து, அறையில் ஓய்வு எடுக்க சொல்லி அனுப்பி விட்டனர். மாடி அறையில் வெண்பா இருக்க, பாரி அவன் அறையில் வந்து உடை மாற்றி இருக்க, மதியும் மாறனும் தமிழும் வேலையில் இருக்க, வெற்றி மட்டும் தனியே வர, தேவா அவன் கையில் பிள்ளைகளை ஒப்படைக்க, பாரி அறையில் மூவரையும் உறங்க வைத்தனர் நண்பர்கள்.

பாரியும் பிள்ளைகளோடு தூங்க, வெற்றி அறை விட்டு வரவும், மாறன் பாரி எங்கே என விசாரிக்க, வெற்றி உறங்கி விட்டான் என கூற,

" ராத்திரி வேலை இருக்கு, தூங்கட்டும் விடுங்க. " மதி சொல்ல, நண்பர்கள் கூட்டம் சிரிக்க, வெற்றி புது மாப்பிள்ளையையும் அழைத்து நடுவில் அமர வைத்து கிண்டல் செய்ய ஆரம்பித்து இருந்தனர்.

17

தேடல் - 17

சொந்தங்கள் கிளம்பி இருக்க, பாரியின் யூகே நண்பர்களும் விடை பெற்று கொண்டனர். பாரி அவர்களை வழியனுப்பி வைக்க, முரளி சூடான நீரில் குளிக்க சொல்ல, குளித்து வந்தான். ரவி அன்னத்திடம் சிறியவர்கள் அனைவருக்கும் உணவு கொடுக்க சொல்ல, குழந்தைகள் விளையாட, இன்பாவும் இனியாவும் பிள்ளைகளை பார்த்து கொள்ள, தேவா ஜோதி உடன் உதவ ரவி, மதி, மாறன், தமிழ், முரளி, முரளியின் மகன் பாலா, பாரி, வெற்றி என அமர, தேவாவை அமர சொல்லி ஜோதி சொல்ல, அன்னத்தை அமர சொல்லி தேவா சொல்ல அன்னம் உணவு உண்ண அமர, பார்வதி இனியா இன்பா இருவருக்கும் உணவை ஊட்டி விட, மதியும் மாறனும் தாயிடம் டீ விட, அங்கே சிரிப்பலை, அப்போது வெற்றியின் மனைவி கயல்விழி உடன் சாப்பிட வந்தாள் வெண்பா. மதி இரு இருக்கை மாறி அமர, வெற்றி ஒரு இருக்கை மாறி அமர, வெண்பா பாரி அருகில் அமர, கயல் வெற்றி அருகில் அமர்ந்து இருந்தாள். இட்லி வைக்கவும் வெண்பா தயங்க,

" இட்லி பிடிக்கும் தானே? இல்ல தோசை தரவா? " ஜோதி கேட்க,

" இது நம்ம வீடு வெண்பா. நானும் முதல் நாள் தயங்கினேன் தான். ஆனா அந்த தயக்கம் எல்லாம் இங்க தேவையே இல்லை. அம்மா வீட்டை விட இங்க தான் ராணி மாறி இருக்கேன். இங்க எல்லாரும் நல்லா பேசுவோம். நீயும் பேசினா தான் இவங்களை சமாளிக்க முடியும். அப்புறம் உன் புருஷன் பேசியே மயக்குவான். அதனால் கூச்சம் விட்டு பேசு " தேவா சொல்ல,

" ஆமா.. ஆமா.. நம்ம மதி எல்லாம் கல்யாணம் முன்னாடியே பார்சல் வாங்கிட்டு போவான் தெரியுமா? " பார்வதி சொல்ல, அங்கே பெரும் சிரிப்பலை,

" ஆமா அண்ணி, என்னை விட்டு பாரி அண்ணாவை கல்யாணம் பண்ணிக்க கேட்டு இருக்கார். " இன்பா சொல்ல அனைவரும் இன்னும் சிரிக்க,

மதி இன்பாவை பார்த்து, " யூ டூ பிருட்டஸ் " என்று கேட்க, இன்பா ஆம் என தலையசைத்து கூற, மதி அவளுக்கும் டூ விட, அப்பாவை கண்ட செல்ல மகள் மதிக்கு உதவ பாட்டி, அம்மா என இருவரிடம் டூ விட்டாள். மதி அவன் மகளை அள்ளி முத்தம் வைத்து இல்லாத காலரை தூக்கி விட, மாறன் மிட்-டாய் காட்டவும் மதிக்கு டூ விட்டு இருந்தாள். அங்கே சூழ்நிலை இயல்பாக, வெண்பா சாப்பிட்டு எழும் முன் அனைவரும் மாடிக்கு சென்று இருந்தனர். கீழ் உள்ள அறையில் பெரியவர்கள் எல்லாம் அவரவர் அறைக்கு செல்ல, வெற்றி பாரியை அவன் அறையில் விட்டு சில அறிவுரை சொல்லிவிட்டு மாடிக்கு செல்ல அவனோடு கயலும் மாடிக்கு சென்று இருந்தாள். பாரி அறையில் காத்து இருக்க, தேவா பால் தர, அன்னம் ஜோதி கையில் கொடுக்க சொல்ல,

" அத்தை இது வெண்பாக்கு.. " தேவா புன்னகையோடு சொல்ல, அன்னம் அவள் காதை வலிக்காது பிடிக்க,

" உனக்கு, இன்பா, இனியா எல்லாருக்கும் ஜோதி கையில் தான் பால் கொடுக்க சொன்னேன். மூணு பேரும் அடுத்து அடுத்த மாசத்தில் நல்ல செய்தி சொல்லி இருந்தீங்க, அதான் பாரிக்கும் வெண்பாக்கும் ஜோதியே தரட்டும் சொல்றேன். " அன்னம் சொல்ல, ஜோதி மகிழ்வில் கண் கலங்கி இருந்தாள்.

ஜோதி பாலை தேவா கையில் இருந்து முழுதும் வாங்காது, தேவா உடன் சேர்ந்து இருவரும் வெண்பா கையில் பால் தர, அன்னம் தேவாவை மாடிக்கு போக சொல்ல,

" ஆல் தி பெஸ்ட் " என கூறி தேவா புன்னகையோடு செல்ல, வெண்பா முகத்தில் வெக்கம். அன்னமும் நகர,

" பாரி இனி உன் பொறுப்பு. ரெண்டு பேரும் புரிதலோட சந்தோசமா இருங்க. மத்தபடி உன் அத்தை கேட்டது எல்லாம் உன்னோட சமத்து" ஜோதி சொல்ல,

வெண்பா தலை அசைக்க அறைக்கு அனுப்பி வைத்தாள்.

அறை உள்ளே வந்தவளை பார்த்து பாரி எழுந்து நிற்க, வெண்பா பாலை வைத்துவிட்டு கதவை அடைத்து வந்தாள். பாரியின் வேர்வை அவனின் பதட்டம் சொல்ல, வெண்பா அமைதியாக வந்து அமர்ந்தாள். சில நிமிடங்கள் சென்று இருக்க,

" இன்னிக்கி எதும் வேண்டாம் வெண்பா. "

" எனக்கும் வேண்டாம் பாரி.. உங்களை பேர் சொல்லி கூப்பிடலாம் தானே? "

" அம்மா.. அப்பா பெரியவங்க முன்னாடி மட்டும் வேண்டாம். மத்தபடி ஓகே தான். "

" நம்ம ரூம் உள்ள மட்டும் தான் கேட்டேன் பாரி. கொஞ்ச நேரம் பேசலாமா? எனக்கு சில கேள்வி இருக்கு கேட்கனும். "

" கேளு வெண்பா "

" என்னை விட நித்திஷா அழகு, பூர்ணா உங்க வேலையில் தான் இருந்தாங்க. ரெண்டு பேரையும் ஏன் வேண்டாம் சொல்லி மறுத்தீங்க? "

" அது.. எனக்கு விருப்பம் இல்ல.. "

" பொய் சொல்லாதீங்க பாரி. அத்தை என்கிட்ட எல்லாமே சொல்லிட்டாங்க. கல்யாணம் வரை நீங்களே மதுரா பத்தி சொல்வீங்கன்னு காத்து இருந்தேன். நீங்க சொல்லவே இல்ல. இப்போ பொய் சொல்றீங்க. ஏன்? "

" ஏன்? மதுரா பத்தி பேச எதும் இல்ல. அது நான் செஞ்ச முட்டாள்தனமான விஷயம். சொல்ற அளவுக்கு அதில் பெருசா எதும் இல்ல அதான். அப்புறம் எனக்கு உன்னை பிடிச்சு இருக்கு வெண்பா. இல்லாத ஒன்னை பத்தி பேசி என்னையும் உன்னையும் காயப்படுத்த விருப்பம் இல்ல. மன்னிச்சிடு. "

" மதுராவை மறந்துட்டீங்களா? " வெண்பா கேட்க, பாரி இல்லை என்று தலை அசைக்க, பாரியின் கண்கள் கலங்கி இருந்தது.

" உயிருக்கு உயிரா இருந்த குரல் வெண்பா.. அந்த குரலில் தான் நான் வாழ்ந்தேன். என்னை பக்குவம் பண்ணவளே அவ தான். ஒன்றரை வருஷத்தில் எல்லாமே மறக்குமா? ராத்திரி தூங்கும் போது வணக்கம் மதுரம் நேயர்களே சொல்லி என் காதுகுள்ள அவ குரல் கேட்கும், அப்போ எல்லாம் வலிக்கும். எதை மாத்த முடியும்? எதையும் மாத்த முடியாது. அவ வேற ஒருத்தன் பொண்டாட்டி வெண்பா. என்னால முடியல.. அவ அட்ரஸ் என்கிட்ட இன்னும் இருக்கு ஆனா அவளை பார்க்க நான் முயற்சி செய்யவே இல்ல. ஏன்னா நான் வாழ்ந்தது அவ குரலோட.. அவ உருவம் தாண்டி அவ குணம், அக்கறையும், குரலும் தான் என்னோட இருந்தது."

" என்னடா பொண்டாட்டி நம்மகிட்டயே அவளை மறக்க முடியாதுன்னு சொல்றான் உனக்கு கோவம் வரலாம். ஆனா அது என் கடந்த காலம். எனக்கு நம்பிக்கை இருக்கு என்னால உனக்கு நல்ல புருஷனா இருக்க முடியும். இல்லாத ஒன்னுக்காக இருக்கிற பொக்கிஷத்தை பாதுக்காக்க தெரியாத முட்டாள் இல்ல நான். என் உயிர் கொடுத்தாவது உன்னை சந்தோசமா வெச்சுப்பேன். நானும் சராசரி ஆண் தான் மா, எனக்கு எல்லா ஆசாபாசமும் உண்டு. அதும் போக அது என் கடந்த காலம், நான் முட்டாள்தனம், இன்னொரு வகையில் எனக்கு அது பாடம். இதை இனி பேச வேண்டாம் வெண்பா பிளீஸ். "

" என்னால புரிஞ்சுக்க முடியுது. சாரி அழாதீங்க. ஒருவேளை ஆசை காட்டி ஏமாத்தி இருந்தாலோ, ஆணா இருந்து குரல் மாத்தி பேசி இருந்தாலோ இன்னும் வலியா போய் இருக்கும் இல்ல? "

பாரி ஆம் என்று சொல்ல,

" குரல் வெச்சு காதலா? எப்படிப்பா? " வெண்பா கேட்க,

" தெரியல. நீயும் கேட்டு பாரு அவ குரல் அவளோ அருமையா இருக்கும். உச்சரிப்பு கத்தி மாறி வரும். ரொம்ப நல்ல பொண்ணு மா. உனக்கு கஷ்டமா இல்ல இதெல்லாம் பேச? "

" இல்ல. காதல் யாருக்கு எப்படி வரும்னு யாராலும் சொல்ல முடியாது இல்ல. இதுவும் புதுசா இருக்கு. எனக்கு எந்த வருத்தமும் இல்ல. உங்களை ட்ரை பண்ண பொண்ணுகளை எல்லாம் தாண்டி என்கிட்ட வந்து இருக்க அதிர்ஷ்டம் நீங்க,

சோ நான் லக்கி. "

" சாரி வெண்பா. தப்பா நினைக்காதே என்னை அப்புறம் என்னால அதை தாங்க முடியாது. நான் எதையும் வேணும் மறைக்கல.. நமக்கு அது வேண்டாம் தான் பேசவே இல்ல. " வெண்பா அவன் கை தொட, பாரி அமைதியாகி இருந்தான்.

" தூங்கலாமா? நாளைக்கு மறுவீடு போகனும். அங்க போனா எங்க அம்மா என் பெண்டை எடுப்பாங்க. நான் ரெஸ்ட் எடுக்கத்துகறேன். "

பாரி விளக்கை அணைக்க வெண்பா விளக்கை போட,

" வெண்பா லைட் போட்டு எப்படி தூங்க? லைட் ஆஃப் பண்ணு "

" நைட் லாம்ப் போடுங்க பாரி, எனக்கு இருட்டு பயம். "

" பாரி லாம்ப் போட, வெண்பா உறங்க, பாரி விழித்து இருந்தான். திரும்பி படுத்தவள் பாரி உறங்காது இருப்பதை பார்த்து கேள்வி கேட்க, வெளிச்சம் என்று அவன் காரணம் சொல்ல, பாரி அருகில் நெருங்கி வந்து படுத்து கண் மூடியவள். லாம்ப் அணைக்க சொல்ல, பாரி லாம்ப் அணைக்க இருட்டாகவும் கண்ணை மூடிக்கொண்டாள். பாரி அவளின் செயலில் சிரித்து இருந்தான். சிரிக்கும் அவனை வெண்பா கிள்ள, பாரி ஆ.. என்று வலியில் சத்தமிட, வெண்பா ஒன்றும் தெரியாதது போல அசையாது படுத்து இருக்க, பாரி சத்தமின்றி புன்னகை செய்து உறங்கி இருந்தான்.

காலையில் ஜோதி வெண்பா முகம் பார்த்து எதையும் அறிய முடியவில்லை. அதற்குள் அவளின் வீட்டில் இருந்து மறுவீடு அழைக்க வந்திருக்க, பாரியை எழுப்பி விட்டவள் அவளும் கிளம்பி இருந்தாள். அன்னம் மகனின் பையை பேக் செய்ய வெண்பாவும் கிளம்பி இருந்தாள். சிறியவர்கள் எழும் முன்னே பாரி கிளம்பியதால் அவனை கிண்டல் செய்ய கூட யாரும் இல்லை. கோவில் சென்று விட்டு மறுவீடு வர, வெண்பாவின் அம்மா கலைச்செல்வி மகளை உக்கார விடாது துரத்த வெண்பா பாரிக்கு என்ன வேண்டும் என பார்த்து கொள்ள, வந்த சொந்தங்கள் மதிய விருந்து முடித்து செல்ல, வீட்டில் இப்போது கூட்டம் குறைந்து இருக்க, வெண்பா அவளின் அறைக்கு வந்தாள். பாரி மதிய உணவுக்கு பின் உறங்கி பழக்கமில்லை என அலைப்பேசி உடன் அமர்ந்து இருக்க, வந்தவள் கட்டிலில் சரிந்து இருந்தாள்.

" என்னாச்சு வெண்பா? "

" டையாட் பாரி. ராத்திரி சாப்பாடு வேற வீட்டில் சமைக்கலாம் அம்மா சொல்லி இருக்காங்க. அதில் கவலை "

" சமைக்க தெரியாதா வெண்பாக்கு"

" சமைக்க தெரியும். ஆனா அதிகம் நேரம் புக் கூடவே இருக்கேனா, அதுனால வேகம் இருக்காது என்கிட்ட, எங்க அம்மா நூறு பேருக்கு விருந்தா இருந்தாலும் ஓடி ஓடி வேலை பார்ப்பாங்க. எனக்கு சில நேரம் உப்பு, காரம் வேற கூடிடும். இனி நம்ம வீட்டுக்கு போனா தான் பழகனும். "

" நீ படி. நான் இருக்கேன் சமைக்க "

" நீங்க செஃப் தான் அதுக்காக என் உரிமையை பறிக்காதீங்க. "

" அப்போ என் பொண்டாட்டிக்கு சமைச்சு தரதும் என் உரிமை தானே? அதை நீயும் பறிக்காத "

" பேசி ஜெயிக்க முடியாது போல "

" வாய்ப்பில்லை " பாரி சொல்ல வெண்பா புன்னகையோடு திரும்பி படுத்து கொண்டாள். மாலை அக்கம் பக்கம் உள்ளவர்கள் வந்து செல்ல, ராதா கிருஷ்-ணன், கலைச்செல்வி, வெண்பா, பாரி என நான்கு பேர் தான் இருந்தனர். பாரி மாமனார் உடன் அவன் தொடங்க இருக்கும் தொழில் பற்றி பேசிக்கொண்டு இருக்க, வெண்பா கத்த பாரியின் கவனம் சமையலறையில் பதிய, விரலை வெட்-டிக்கொண்டு வந்தாள். கலை சுற்றம் மறந்து,

" எதாவது உங்க பொண்ணு சரியா செய்யுறாளா? காய் நறுக்க கூட தெரியல, எப்படி கூட்டு குடும்பத்தில் சமாளிக்க போறாளோ, படி படின்னு சொல்லிட்டு இப்போ பாருங்க " கலை திட்டிக்கொண்டே சமையல் அறையில் இருந்து வர, வெண்பா பின்னே கண் கலங்கிய படி வர, ராதா கிருஷ்ணன் மகளுக்கு பேண்ட் ஏய்ட் போட்டு விட,

" அத்தை நான் சமைக்கட்டுமா? " பாரி கேட்கவும் கலை பதறி போய் மறுக்க,

" அப்போ நான் இந்த வீட்டில் ஒருத்தன் இல்லையா? பாரி கேட்க, கலை விழிக்க, ராதா கிருஷ்ணன் மறுக்க, பாரி சமையல் அறை நுழைந்தவன் வெண்பாவை அழைக்க, உள்ளே வந்தவள்,

" அம்மா இட்லியும் ஆப்பமும் செய்யலாம் சொன்னாங்க. நீங்க எதாவது வித்தியாசமா செய்யுங்க. "

" கவனமா இருக்க மாட்டியா? "

" இனிமேல் இருக்கேன். "

" மாப்பிள்ளை வேண்டாம் நீங்க வாங்க நான் செய்றேன். " கலை பாரியை அழைக்க,

" இன்னிக்கி நானும் உங்க பொண்ணும் சமைக்கிறோம். இனி நான் இங்க வந்தா சமையல் கட்டு எனக்கும் தான் வெண்பாக்கு பதில் இனி நான் உங்களுக்கு உதவுறேன். நீங்க ரீலாக்சா உக்காருங்க "

ராதா கிருஷ்ணன் எதோ சொல்ல வர, பாரி பிளீஸ் என்றதும் சரியென சென்று அமைதியாக அமர்ந்து கொண்டார்.

" வெண்பா இங்க வா, எந்த பொருள் எங்க இருக்குன்னு சொல்லு அதுக்கு தான் கூப்பிட்டேன். "

பாரி சமையலை ஆரம்பித்து இருந்தான். வெள்ளை குருமா, கார சட்னி, இட்லி, ஆப்பம், கேசரி என சமைத்து இருந்தான். வெண்பா சமையல் மேடையில் அமர்ந்து அவனையே பார்த்திருக்க, பாரி சமையல் முடித்து இருந்தான்.

" என்னை பார்க்கிற நேரம் சமையலை பார்க்கலாம் இல்ல? "

" எது விருப்பமோ அதில் தானே கவனம் இருக்கும்? "

அவளின் பதிலில் பாரி புன்னகையோடு வெளியே செல்ல, வெண்பா எடுத்து

வைக்க, பாரி குளித்து வர நால்வரும் அமர்ந்து உண்ண, யாரும் எதுவும் பேசவே இல்லை.

" சாப்பாடு நல்லா இருக்கு தானே? "

" இதுவரை இவளோ அருமையா ஒரு குருமா நான் சாப்பிட்டதே இல்ல மாப்-பிள்ளை. உங்க கை பக்குவம் ரொம்ப அருமையா இருக்கு " கிருஷ்ணன் சொல்ல

" பாரி புண்ணியத்தில் இனிமேல் நல்ல சோறு கிடைக்கும் நமக்கு " வெண்பா சொல்ல, கலை முறைத்து குருமா எப்படி செய்ய என்று கேட்க, வெண்பாவும் கிருஷ்ணனும் சிரிக்க, பாரி புன்னகையோடு மாமியாருக்கு ரெசிபி சொல்ல அங்கே நிலைமை இயல்பாக மாறி இருந்தது.

இரவு அறைக்கு வந்தவள் கையில் ஒரு பெட்டியோடு வந்து இருந்தாள். பாரியின் கையில் கொடுத்து பிரிக்க சொன்னாள்.

18

தேடல் - 18

பாரி அதை பிரிக்க, அவன் கண்கள் ஆச்சரியத்தில் விரிய, பாரி வாய் திறக்கும் முன்பே வெண்பா அவன் வாயை கை கொண்டு மூடி இருந்தாள். அவனை அமைதியாக அமர சொல்லிவிட்டு அலைபேசி எடுத்து வந்தவள், ஒரு புகைப்படம் காட்டி,

" இதான் மதுரா.. மதுரவாணி. அப்புறம் நான் வெண்பா.. யாழினி வெண்பா. எங்க ரெண்டு பேரோட முதல் பெயர் தான் மதுர+யாழினி. எங்க சேனல் தான் மதுரம். ரெண்டு பேரும் ஒன்னா தான் சேனலை ஆரம்பிச்சோம். மதுரா வீடு ரெண்டு வீடு தள்ளி தான். முதலில் பக்கத்து வீடா தான் அறிமுகம், அப்புறம் ரெண்டு பேருக்கும் ஒரே விருப்பம், சிந்தனை, அதில் வந்த நட்பு. அவ வீட்டுக்காரர் விஷ்வா அண்ணா எங்களுக்கு ஒரு வகையில் தூரத்து சொந்தம். நாலு வருஷம் முன்னாடி சும்மா விளையாட்டா ஆரம்பிச்ச சேனல் இப்போ எங்களுக்கு பெரிய குடும்பமா மாறி இருக்கு. மதுரா வீட்டில் அவங்க அத்தை முதலில் சேனல் தொடங்க சம்மதிக்கவே இல்ல. அதான் நாங்க எங்க அடையாளத்தை வெளிப்படுத்தவே இல்ல. நாங்க ரெண்டு பேர் இருக்கோம்னு யாருக்கும் தெரியாது. "

" மதுரா தான் அப்லோட் பண்ற வேலையை பார்ப்பா, முன்னாடி ஃபோட்டோ போடுறது, டிசைன் பண்றது, பேச டாபிக் சொல்றது எல்லாமே அவ வேலை. கன்டென்ட் எழுதி, அதை பேசி, வாய்ஸ் கிளியர் செய்து, அதை அனுப்பி விடுறது என் வேலை. நீங்க கேட்ட அந்த குரல் என்னோடது தான். "

" இல்லையே.. மதுரா குரல் இப்படி இருக்காதே " பாரி சந்தேகமாக கேட்க,

வெண்பா அவன் முன் நிமிர்ந்து அமர்ந்து, வணக்கம் மதுரம் நேயர்களே என்று ஏற்ற இறக்கம் கொடுத்து உச்சரிக்க, பாரி கண் கலங்கி இருந்தான். அவன் அருகில் வந்து அவன் கை பிடித்தவள்,

" நம்ம வீட்டில் எல்லாருக்கும் தெரியும் பாரி. அத்தை சொன்ன ரெண்டாவது நாளே நான் தான் மதுரானு சொல்லிட்டேன். எல்லாரும் உங்களை பத்தி எவ்ளோ சொன்னாங்க தெரியுமா? கல்யாணம் சீக்கிரம் வைக்கணும் அத்தை கேட்கவும் தான் இவளோ சீக்கிரம் ஏற்பாடு பண்ணாங்க. மதி, மாறன் அண்ணா ரெண்டு பேரும் மெடிக்கல் லீவ் போட்டாங்க. நம்ம கல்யாணம் எல்லாருக்கும் திருவிழா மாதிரி இருந்தது. எனக்கு நீங்க தான் சாமி. "

" மதுரா மெயில் எதும் பார்க்க மாட்டா, நான் தான் பார்ப்பேன். உங்களுக்கு பதில் அனுப்பினது நான் தான். உங்க கடைசி மெயில் அதை படிச்சு ட்ரெஸ் உள்ள போட்டேன். ஒரு மாசத்துக்கு ஒரு மெயில் இப்படி காதல் சொல்லி வரும் யாரை நம்ப? ஆனா நீங்க தான் அந்த பிவி தெரிஞ்சு எனக்கு எவ்ளோ சந்தோசம் தெரியுமா? இப்போ உங்க மெயில் எல்லாத்தையும் நான் பத்திரமா சேர்த்து வெச்சு இருக்கேன். "

" ரொம்ப ஆச்சரியமா இருந்தது பா, என்னை ஒருத்தர் குரல் கேட்டு காதலிச்சு இருக்காருன்னு தெரிஞ்சு, உங்க ஃபோட்டோ பார்த்ததும் பிடிச்சு போய்டுச்சு. உங்க மெயில் எல்லாம் படிச்சு, நீங்க இந்தியா வந்து என்னை பார்க்கிற வரைக்கும் என் தவிப்பு எப்படி இருந்தது தெரியுமா? உங்களை பார்த்த அப்புறம் தான் எனக்கு காதலே வந்தது. உங்க அளவுக்கு கண்டிப்பா என் நேசம் இல்ல. என் குரலை கேட்டு என்னை காதலிச்சு இருக்கீங்க ஆனா நான் உங்களை ஒரு நேயரா தான் நினைச்சு கடந்தேன். பூர்ணா பத்தி உங்க அண்ணா சொன்ன அப்போ தான் எனக்கு நீங்க அனுப்பின மெயில் ஞாபகமே வந்தது. உங்க மெயில் வாசிச்சு எனக்கும் வருத்தம் உங்களுக்கு ஆறுதல் சொன்ன அப்புறம் அதை மறந்துட்டேன் நான். மதுரா உண்டாகவும் தான் வீடியோ எல்லாம் நிறுத்தினோம். ஆனா என்னை நீங்க எவ்ளோ நேசிச்சு இருக்கீங்கப்பா.. இந்த காதல் கிடைக்க நான் உண்மையாவே அதிர்ஷ்டம் பண்ணி இருக்கேன். "

" யாருக்கும் அமையாது கோடி பேரில் ஒருத்தருக்கு தான் இது சாத்தியமாகும். பலருக்கு இது நடக்கவே நடக்காது. உங்களை பார்க்கிறதுக்கு முன்னாடி யாரும் இந்த சோசியல் மீடியா காதல் பத்தி சொன்னா கிண்டல் பண்ணி சிரிப்பேன். நேத்து நீங்க சொன்ன மாறி முட்டாள்தனம் தான் சொல்வேன். இப்போ அந்த

ஃபேண்டஸி எனக்கு நடந்து இருக்கு.. நான் எவ்ளோ அதிஷ்டம் செய்து இருக்கேன் தெரியுமா? என்னை உயிரா காதலிச்ச நீங்களே எனக்கு புருஷனா கிடைக்கிற அளவுக்கு அதிர்ஷ்டம் செய்து இருக்கேன். அதும் சாதாரண பையனா நீங்க? இன்டர்நேஷனல் ரேங்க் வாங்கின செஃப். உண்மை தான் பாரி நீங்க உங்க மெயிலில் சொன்னது போல அழகான குடும்பத்தை எனக்கு கொடுத்து இருக்கீங்க. இதுக்கு மேல எனக்கு எதும் வேண்டாம்.

பாரி அவளை கட்டி அணைத்து இருக்க, வெண்பா வெக்கம் கொண்டு விலக,

" எல்லாரும் சேர்ந்து அமைதியா இருந்துட்டீங்க இல்ல? என்னால நம்ப முடியல. என் மதுரா என் கூட? இது நிஜம் தானே? "

வெண்பா அவனை இப்போது முறைத்து கொண்டே தள்ளி விட, பாரி நாக்கை கடித்து கொள்ள, வெண்பா அவனை கிள்ளி வைக்க,

" சாரி வெண்பா. அது மதுரானு சொல்லி பழக்கமானதால அந்த பெயரே வந்துருச்சு. உங்க ரகசியம் தெரிஞ்சு இருந்தா நான் யாழினி தான் உன்னை கூப்பிட்டு இருப்பேன். உன் குரல் அப்படி தான் இருக்கு, என் அண்ணி நீ அதிகம் பேச மாட்டேன் சொன்னாங்க. நான் பேசி மயக்குவேன் வேற சொன்னாங்க. இங்க பாரு பேசியே என்னை மயக்கி இருக்கா ஒருத்தி. "

" ஹலோ நான் காலேஜில் பேச்சு போட்டியில் முதல் பரிசு வாங்கின பொண்ணு. "

" ஆமா. எனக்கு வந்த அட்ரஸ் திருச்சினு இருந்தது. நீ கோவையில் தானே இருக்க? "

" அது மதுராவோட அண்ணா கார்த்தி அனுப்பினார். மதுராக்கு சொந்த ஊரு திருச்சி. அப்போ எனக்கு எக்ஸாம், அவளுக்கு தலை பிரசவம் அதான் வேலையை கார்த்தி அண்ணாகிட்ட சொல்லி இருந்தோம். "

" அவர்கிட்ட நான் பேசி இருக்கேன் வெண்பா. "

" நம்ம வீட்டில் எல்லாருக்கும் அவரை தெரியும். மதுராக்கு உங்களை பார்த்து ஆச்சரியம். உங்களை பார்த்து அவளுக்கு சந்தோசத்தில் அழுகையே வந்துருச்சு.

நாளைக்கு மதியம் அவங்க வீட்டில் தான் நமக்கு விருந்து."

" அத்தை அவரை நேத்து தான் கல்யாணத்தில் நேரில் பார்த்தாங்க. உங்களுக்கு அறிமுகம் செய்தேன் ஞாபகம் இல்லையா? "

" இல்லையே... இப்படி ஒரு அப்பாவி பையனை ஏமாத்தி இருக்கீங்க இல்ல? "

" கண்டிப்பா இல்ல. மதி அண்ணா தான் இந்த ஐடியா கொடுத்தார். பாரிக்கு இன்ப அதிர்ச்சி தரணும் சொல்லி, எல்லாருக்காவும் ஓடுற அவனுக்கு இந்த கல்யாணத்தை பிரம்மாண்டமா செய்யனும் மாறன் அண்ணா சொன்னார். நித்தி உங்களை பத்தி சொன்ன அப்போ தான் எனக்கு சின்ன வருத்தம். என்னை நீங்க வெண்பாவா ஏத்துக்கணும் தோணுச்சு. நேத்து நீங்க பேசின அப்போவே சொல்லணும் இருந்தேன். சாப்பிட வரதுக்கு முன்னாடி தான் மதுரா கால் பண்ணி சொன்னா நம்ம சேனல் கோல்ட் பிளே பட்டன் வாங்கி இருக்குன்னு வெள்ளி பிளே பட்டன் அவ வீட்டில் இருக்கு, அதான் தங்கத்தை எனக்கு அனுப்பி விட்டா, உங்க கையால் திறக்கணும் சொல்லி அம்மாவை வாங்கி வைக்க சொன்னேன். "

வெண்பா கோல்ட் பிளே பட்டனை அவளின் அலமாரியில் வைக்க, இருவரும் அதை ரசித்து பார்க்க, பாரி அவளை அணைக்க, வெண்பா விலக, பாரியின் பிடி இறுக, அவள் முகம் பார்த்து,

" நான் தேடின சொர்க்கம் இப்போ என் கையில், இனி விட மாட்டேன். "

வெண்பா நாணம் கொண்டு விலக, பாரி விளக்கை அணைத்து இருக்க இருட்டில் அவனோடு ஒட்டிக் கொண்டாள். இருவரின் மனமும் கலந்திருக்க, உடலும் உயிரும் கலந்திருந்தது. காலை கார்த்திகேயன் வரவும், வெண்பா அறிமுகம் செய்ய,

" நம்ம சந்திக்க வாய்ப்பு இருந்து இருக்கு பிவி. எனக்கு ரொம்ப சந்தோசம். " கார்த்தி சொல்ல பாரியும் ஆம் என சொல்லி சிரிக்க, மூவரும் மதுரா இல்லம் செல்ல, பாரி அவளை கண்டு புன்னகை செய்ய அவளின் கணவன் விஷ்வா அவன் மகனோடு வரவேற்று அவர்களை உபசரித்தார். விருந்து முடித்து மதுரா, வெண்பா, பாரி மூவரும் மதுரம் சேனல் பற்றி பேச கார்த்தியும் விஷ்வாவும் வேடிக்கை பார்த்து கொண்டனர்.

மாலை மொத்த குடும்பமும் வந்திருக்க, பாரி வெற்றியை கண்டதும் கட்டிக்-கொள்ள,

" மச்சி நீ சொன்ன அப்போ நம்பல.. உன் காதல் உண்மை டா.. உன் நேசம் உன்னை சரியான இடத்தில் சேர்த்திருக்கு. உன் உள் மனசு சொல்லுதுன்னு சொன்ன அப்போ பயந்தேன். இப்போ சந்தோசமா இருக்கு. " வெற்றி கண்ணீ-ரோடு சொல்ல அனைவரும் கண்கலங்கி இருந்தனர். பாரி பின் வீட்டில் உள்ள அனைவரிடமும் செல்லமாக சண்டை பிடிக்க, மதியையும் மாறனையும் பிடித்து செல்லமாக அடிக்க, வெற்றி அனைத்தையும் படம் எடுத்து கொண்டான்.

மறுவீடு முடித்து வந்து இருக்க, பாரி அவன் தொழில் தொடங்க ரவியிடம் பணம் கேட்க, ரவி அனைவரையும் அழைத்து ஒன்றாக அமர சொன்னார். அவர்களின் வக்கீல் வந்து இருக்க,

" எல்லாரையும் வர சொன்ன காரணம் சொத்தை பத்தி எல்லாருக்கும் தெளிவு தர தான். பாரி அவன் தொழில் தொடங்க காசு கேட்டு இருக்கான். இந்த நேரத்தில் பேசுறது தான் சரி. என் அப்பா வழியில் இருந்த மளிகை கடை தான் தொழில். இப்போ நாலு சூப்பர் மார்க்கெட் இருக்கு, நாலுல மூணு என் உழைப்பு, ஒன்னு தமிழ் தலை எடுத்து ஆரம்பிச்சது. நாலும் தமிழ் மேற்பார்வையில் தான் நடக்குது. இப்போ சொத்தை பிரிச்சு இருக்கேன். பாரி நாலு கடையில் இருந்தும் லாபம் வேண்டாம் சொல்லிட்டான். அவன் படிப்பு வரை தான் அவனுக்கு நாங்க செலவு பண்ணோம். வேலைக்கு போக ஆரம்பிச்ச அப்புறம் அவன் செலவை அவன் தான் பார்க்கிறான். வெண்பா தாலிக்கும் புடவைக்கும் கூட அவன் காசு தான் கொடுத்தான். இப்போ தொழில் ஆரம்பிக்க அவன் கையில் பாதி காசு தான் இருக்கு, மீதி கேட்டு இருக்கான். "

" தமிழ் தொடங்கின கடையை அவன் பெயருக்கே எழுதி இருக்கேன். மீதி உள்ள மூணு கடையில் வர லாபத்தில் ஐம்பது சதவீதம் தமிழுக்கும், மீதி நாற்பது சதவீ-தம் இனியா, இன்பாக்கும். பத்து சதவீதம் அன்னத்துக்கும் எழுதி இருக்கேன். இனிமேல் எல்லாருக்கும் பணம் பேங்கில் வரவா வந்துரும். இந்த வீட்டை நாலு பிள்ளைகளுக்கும் சரி சமமா பிரிச்சு எழுதி இருக்கேன். யாருக்கும் வீட்டை விக்க உரிமை இல்ல அனுபவிக்க தான் உரிமை. அதே போல, பாரி பேருக்கு என் அப்பா எனக்கு கொடுத்த தோப்பை அவனுக்கு எழுதி தர போறேன். இதில் யாருக்கும் எந்த கருத்தும் இருந்தா சொல்லுங்க. "

" எங்களுக்கு இது அதிகம் மாமா. இன்பாவும் இனியாவும் நல்லா படிச்சு இருக்-காங்க. நாளைக்கு வேலைக்கு போனா கண்டிப்பா எங்க நாலு பேரோட சம்பளமே போதும். சதவீத அளவு குறைச்சு எழுதுங்க மாமா. " மதி சொல்ல, மாறனும் ஆம் என சொல்ல,

" இருக்கட்டும் மதி. இன்னும் நிறைய கடமை இருக்கு தாய் மாமன் எங்களுக்கு, அடுத்த பிரசவம், காது குத்து, பிறந்த நாள்.. இப்படி பார்க்க இன்னும் எவ்ளோ இருக்கு? ஆசைக்கு தான் வேலைக்கு போக அனுமதி. அண்ணங்க நாங்களும் புருஷனும் இருக்கும்போது என் தங்கச்சி ஏன் வேலைக்கு போய் சம்பாரிக்கனும். அதும் போக சட்டபடி பெண் குழந்தைக்கும் சொத்தில் உரிமை உண்டு. " பாரி சொல்ல,

" உன் பொண்டாட்டிக்கு கிடைக்க வேண்டிய உரிமையை தட்டி கழிக்க கூடாது மதி, உனக்கும் தான் மாறா.. சதவீதம் குறைக்க முடியாது. வேண்டாம் சொன்னா ரெண்டு கடையை உங்க பெயரில் எழுதி தரோம். நீங்களே நிர்வாகம் பண்-ணிக்கோங்க " தமிழ் சொல்ல, பாரி அண்ணன் சொல்வது சரி என சொல்லி ஆமோத்தி இருந்தான்.

மதியும், மாறனும் பெரியவர்கள் இஷ்டம் என விட்டு விட, பத்திரம் எழுதி கையெழுத்து போட்டு கொண்டனர். பாரிக்கு இரண்டு கோடி ரூபாய் கொடுத்து இருந்தார் ரவி. பாரி கேட்டதை விட மூன்று மடங்கு அதிக பணம் இது. பாரியும் வெற்றியும் தொழில் தொடங்க வேலையை பார்க்க, வெண்பாவை M. Phil சேர்த்து விட்டு இருந்தான். காலையில் பரபரப்பாக கல்லூரி செல்ல வீட்-டில் உள்ளவர்களை வைத்து இருப்பவள், மாலை தேவா, அன்னம் இருவரையும் ஓய்வு எடுக்க சொல்லிவிட்டு பாரியுடன் சமையல் செய்ய கற்றுக் கொண்டாள். இரவு அமைதியாக இருக்கும் நேரத்தில் வெண்பா மதுரம் சேனலுக்கு பேசுவதை நேரில் அமர்ந்து ரசிக்க ஆரம்பித்து இருந்தான் பாரி. பாரியுடன் அவன் குடும்பமே அவளின் சேனலை லைக் செய்து வெண்பா குரலை கேட்டு ரசித்தது.

அன்று பாரியின் ஐந்து நட்சத்திர உணவக திறப்பு விழா, வெற்றியின் அப்பாவும் ரவியும் ரிப்பன் வெட்டி திறக்க, அன்னமும், வெண்பா, கயல், வெற்றியின் தாயார் என விளக்கு ஏற்றி வைக்க, இனியா இன்பா, தேவா என முதல் ஆர்டர் சுவைக்க, அதற்கு தமிழ், மதி மற்றும் மாறன் என முதல் ஆர்டருக்கு பில் கொடுத்து இருந்தனர். அதன் பின் பாரி வேலை என ஓடி விடுவான். சொந்த தொழில் என்பதால் சில நாள் வெண்பாவும் கூட வந்து விடுவாள். கயல் தான்

பில் போடும் இடத்தில் அமர்ந்து இருந்தாள். வெண்பா அனைவரையும் கவனிக்க, பாரியும் வெற்றியும் சமைக்க, தொழில் நன்றாக செல்ல, மெல்ல இரண்டு வருடங்கள் கடந்து இருந்தது.

அன்று பாரி இல்லம் வர, வெண்பா உறங்கி இருந்தாள். பாரி குளித்து வந்து வெண்பா அருகில் படுக்க, அவளோ தள்ளிப்படுக்க, பாரி விளக்கு அணைக்க, பாரியை கிள்ளி வைத்தவள் அவன் பக்கம் வந்து படுக்க, அணைத்து முத்தம் வைத்தவன்,

" இன்னிக்கி கடைசி பரிட்சை எப்படி எழுதின வெண்பா? "

" எப்பவும் போல கூப்பரா எழுதி இருக்கேன். M.Phil முடிஞ்சுது."

பாரி அவளின் காது மடலில் முத்தம் வைக்க, வெண்பாவின் உடல் சிலிர்க்க,

" அப்போ டாக்டரேட் பிள்ளை பெத்துட்டு படி யாழினி " பாரியின் வார்த்தைகள் கிசுகிசுப்பான குரலில் வர,

" ஓகே மை ஸ்வீட் டார்க் சாக்லேட் " வெண்பாவும் அவனை போலவே கிசு கிசுகிசுப்பாக சொல்ல, பாரி அவளின் இதழ்களில் இதழ் சேர்த்து அவனின் தேடலை தொடங்கி இருந்தான்.

சுபம்.

ஆசிரியர் குறிப்பு

வணக்கம்,

என்ன எதார்த்தம் மீறி கதை சொல்லி இருக்கீங்கன்னு கேட்க தோணலாம். உண்மை தான் கோடியில் ஒருத்தருக்கு தான் இது நடக்கும். அந்த கோடியில் ஒருத்தனா பாரி இருக்கட்டும். நான் எங்கேயும் ஆன்லைன் காதல் சரின்னு சொல்லல, சிலருக்கு அதிர்ஷ்டம் இருந்தா இப்படி அமைய வாய்ப்பு உண்டுன்னு

சொல்றேன்.

ஃபேண்டன்சி வாழ்க்கையில் தான் இதெல்லாம் நடக்கும். யாருக்கும் இயல்பா இது நடக்க வாய்ப்பு குறைவு சொல்றதை விட வாய்ப்பே இல்லைன்னு தான் சொல்லணும். அப்படியே வந்தாலும் பாதி காதல் புரிதல் இல்லாத தான் போய் முடியுது. சோ ஆன் லைன் காதலா இருந்தாலும் தெளிவா இருங்க.

பாரி செய்தது முட்டாள் தனமான காரியம் தான். அவனுக்கு லக் கிடைச்ச மாறி உங்களுக்கும் அமையும் நிச்சயம் இல்ல. பாரி வீட்டில் செஞ்ச மாறி கல்யாணம் எல்லாம் பண்ணி வைக்க மாட்டாங்க. பல அடி வாங்க வேண்டியது வரும் ஜாக்கிரதை. இங்க பாரி வெண்பாவை ஏத்துகிட்ட அப்புறம் தான் அவ யாருன்னு தெரியும். சோ வாழ்க்கையில் ஈர்ப்பு, காதல் இருக்கலாம். சில கிறுக்குதனமும் இருக்கலாம் ஆனா வாழ்க்கையில் கல்யாணம் வரும் போது தெளிவா இருங்க அது முக்கியம்.. ஏன்னா இனி நம்ம அவங்களோட தான் வாழனும் வளரனும். உங்களின் தேடலும் இன்பம் சேர்க்கட்டும் என வாழ்த்தி விடை பெறுகிறேன்.

அன்பு அனைத்தும் செய்யும்.
அன்புடன்,
கௌரி முத்துகிருஷ்ணன்.

www.ingramcontent.com/pod-product-compliance
Lightning Source LLC
LaVergne TN
LVHW040446051026
849517LV00002B/781